इयत्ता अकरावी व बारावी कला-वाणिज्य-विज्ञान शाखा,
एचएससी बोर्डाच्या विद्यार्थ्यांना तसेच मराठी माध्यमातून
न शिकलेल्या विद्यार्थ्यांना उपयुक्त

पत्रलेखन, वाक्प्रचार, सारांशलेखन, म्हणी, सुभाषिते, निमंत्रणपत्रिका,
सुवचने, सुविचार, कार्यक्रमपत्रिका, भाषासमृद्धीसाठी, वृत्तांतलेखन,
संदर्भसाहित्य, व्याकरण यासहित... निबंधलेखन

इयत्ता अकरावी व बारावी मराठी युवकभारती विषयाच्या अभ्यासक्रमानुसार

मराठी व्याकरण

व

निबंधलेखन

संपादन, संकलन, लेखन

विभावरी दामले

प्रा. दीपा ठाणेकर

डायमंड पब्लिकेशन्स

मराठी व्याकरण व निबंधलेखन

संपादन, संकलन, लेखन
विभावरी दामले, प्रा. दीपा ठाणेकर

Marathi Vyakaran wa Nibandhalekhan
Vibhawari Damle, Prof. Deepa Thanekar

प्रथम आवृत्ती : २०११

ISBN 978-81-8483-383-6

© डायमंड पब्लिकेशन्स

मुखपृष्ठ
शाम भालेकर

प्रकाशक
डायमंड पब्लिकेशन्स
१२५५ सदाशिव पेठ
लेले संकुल, पहिला मजला
निंबाळकर तालमीसमोर
पुणे ४११ ०३०. ☎ ०२० – २४४५२३८७
diamondpublications@vsnl.net
www.diamondbookspune.com

प्रमुख वितरक
डायमंड बुक डेपो
६६१ नारायण पेठ, अप्पा बळवंत चौक
पुणे ४११ ०३०. ☎ ०२० – २४४८०६७७

अनुक्रम

पुस्तकाचे वैशिष्ट्य

- HSC बोर्डाच्या मार्गदर्शक तत्त्वांनुसार पाठ्येतर मराठीशी संबंधित प्रश्नांचा समावेश केला आहे.

- महाविद्यालयात मराठीचे अध्यापन करणाऱ्या अनुभवी प्राध्यापक – परीक्षकांनी निबंध, पत्र इ. लेखन स्वतः करून आदर्श उत्तरांचा नमुना सादर केला आहे.

- प्रश्नपत्रिका सोडवताना नेहमी व्याकरणाचा आठवा प्रश्न प्रथम सोडवावा. त्यानंतर नववा प्रश्न सोडवा. या पुस्तकाच्या मार्गदर्शनानुसार हे प्रश्न सोडवले की २० गुण हमखास तुमचेच. त्यानंतर प्रश्न ६ – ७ – २ – ३ – ४ – ५ ह्या क्रमाने प्रश्न सोडवावे. निबंधाचा पहिला प्रश्न नेहमी शेवटी सोडवावा.

- प्रश्नपत्रिकेतील आठवा प्रश्न म्हणजे निव्वळ व्याकरण. 'परीक्षेस जाता जाता' उपयोगाला येतील असे खुबीदार प्रश्न या पुस्तकात समाविष्ट केले आहेत. सरावान्ती या प्रश्नाचे दहापैकी दहा गुण नक्कीच मिळवता येतील.

- मराठीच्या प्रश्नपत्रिकेतील नऊ प्रश्नांपैकी हमखास गुण मिळवून देणारा प्रश्न म्हणजे 'प्र. क्र. ९' यामध्ये एक व्यावसायिक पत्र, सारांशलेखन / उताऱ्यावरील प्रश्नांची उत्तरे व निमंत्रणपत्रिका / कार्यक्रमपत्रिका / वृत्तांतलेखन दिले जाते. सर्व तंत्रे नीट सामावून घेतली तर दहापैकी दहा गुण मिळवून देणारा प्रश्न म्हणूनच या पुस्तकात प्राधान्यक्रमाने दिला आहे. उपयोजित मराठी प्रकारातील हे प्रश्न असल्याने या लेखनप्रकारावर हुकुमत मिळवता आल्यास मराठी–अमराठी सर्वांनाच फायदा होईल.

- अनेकदा मराठीचा पेपर 'लेन्दी' आहे अशी मुलांची तक्रार येते. अशा वेळी नेमका निबंध राहून जातो. याचसाठी प्रथम आपण प्रत्येक प्रश्न सोडवायला किती वेळ देऊ शकतो याचे नियोजन दिले आहे.

संपादकाचे मनोगत

एखाद्या विषयावर केलेले स्वतःच्या विचारांचे भावभावनांचे किंवा कल्पनांचे सौष्ठवपूर्ण प्रकटीकरण म्हणजे निबंध. मनात खूप छानसे विचार असले तरीही ठराविक वेळात, ठराविक मांडणीत, ठराविक शब्दांत सर्व मुद्द्यांचा समावेश करत निबंधाला आकार देत देत तो पूर्ण करणं हे एखादी शिल्पाकृती घडवण्याइतकच कठीण आहे.

दहावीपर्यंत निबंध १०० ते १५० शब्दाल लिहायचा असतो. पण अकरावी-बारावीमध्ये तेवढ्याच दहा गुणांसाठी २५० ते ३०० शब्दांत निबंधलेखन अपेक्षित आहे. म्हणजेच उत्तरपत्रिकेची सुमारे अडीच ते तीन पाने.

महाविद्यालयांत मराठीचे अध्यापन करणाऱ्या अनुभवी प्राध्यापक – परीक्षकांनी स्वतः लिहिलेले आदर्श निबंध या पुस्तकात घेतले आहेत. निबंध लेखनातील मुद्दे व माहिती म्हणजे जणू इमारतबांधणीतल्या दगडविटा. या दगडविटांतून इमारत घडवल्यानंतर ती शोभिवंत दिसली पाहिजे ना ! मग त्यावर चढवायचे अलंकार म्हणजेच सुभाषिते, वाक्प्रचार, सुवचने प्रत्येक निबंधाखाली दिली आहेत. त्या माहितीचा उपयोग जरूर करा आणि तुमचा स्वतःचा तुमच्या शैलीत निबंध लिहा.

अमराठी मुलांना, इंग्रजी माध्यमात शिकलेल्या मुलांना निबंधलेखन अवघड जातं यात शंका नाही. त्यांना हे पुस्तक नक्कीच उपयोगाला येईल.

एखादी भाषा जेव्हा व्यवहाराची भाषा म्हणून मान्यता पावते तेव्हाच प्रवाही राहते. महाराष्ट्रात मराठी ही राज्यभाषा आहे. पत्रलेखन, निमंत्रणपत्रिका, वृत्तांत लेखन, कार्यक्रमपत्रिका या स्वरूपात मराठी-अमराठी सर्वांनीच दैनंदिन व्यवहारात ती वापरणे अपरिहार्य आहे.

पत्रलेखन, कार्यक्रमपत्रिका इ. लेखन करतांना काही तंत्र समजली की परीक्षेत गुण मिळवणे म्हणजे स्कोअरिंग छान जमते. अशी आदर्श पत्रे तुमच्यासाठी आपल्या अनुभवी तज्ञांनीच लिहिली आहेत.

बारावीला PCM किंवा PCB किंवा एखाद्या CET ची तयारी करताना मराठी भाषा विषय दुर्लक्षिला जाऊ शकतो. पण मित्रांनो हे पुस्तक हाताशी ठेवा आणि हमखास म्हणा, 'यश माझ्या हातात !'

विशेष सूचना :

डायमंड निबंधलेखमाला इ. ९वी व १० वी साठी असणारे पुस्तक जरूर वाचावे.

ऋणनिर्देश

डायमंड निबंधमालेमध्ये इयत्ता नववी व दहावीसाठी असलेल्या मराठी निबंधांच्या पुस्तकाचे वाचकांनी, विद्यार्थ्यांनी चांगलेच स्वागत केले. म्हणूनच या मालिकेत इयत्ता अकरावी-बारावीसाठी मराठी निबंधाचे पुस्तक संपादन करण्याचा आम्हाला हुरूप आला. सर्व विद्यार्थी-पालक-शिक्षकांचे त्यासाठी मनःपूर्वक आभार.

या पुस्तकातील निबंध मुंबई-ठाणे-चिपळूण-सोलापूर येथील प्राध्यापकांनी लिहिले आहेत. स्वतःच्या व्यस्त दिनक्रमात वेळात वेळ काढून विद्यार्थिहित डोळ्यांसमोर ठेवून त्यांनी हे काम वेळेत पूर्ण केले. या कामी प्रा. सुहास बारटक्के, प्रा. मधुकर जाधव, प्रा. कमलाकर मोरे यांसारखे पुरस्कारप्राप्त तज्ज्ञ प्राध्यापक व पुरस्कारप्राप्त पुस्तकांचे लेखक सहभागी झाले. त्यांचे मनःपूर्वक आभार. तसेच दीपा ठाणेकर, लतिका भानुशाली, सुचेता चितळे-नलावडे, साधना पावस्कर, भारती प्रभू, उषा मोरे, साक्षी मडव या प्रख्यात कनिष्ठ महाविद्यालयांतील मराठी विषयाच्या अध्यापकांनी लेखन केले. त्यांचे आभार. प्रा. माधुरी गोरे व भारती प्रभू यांनी निबंधांचे संपादनकामी सहकार्य केले त्यांचे मनःपूर्वक आभार.

अल्प कालावधीत डायमंड निबंधमालेमध्ये दुसरे पुस्तक काढण्याची संधी (व तद्नुषंगिक स्वातंत्र्य) प्रकाशक दत्तात्रेय पाष्टे यांनी दिली. त्यांच्या सर्व स्टाफने वेळोवेळी उत्तम मदत केली.

संपादक

प्रश्नपत्रिकेचा आराखडा

प्रश्नपत्रिकेचे स्वरूप		मराठी	गुण ८०	वेळ ३ तास
वेळचे नियोजन				
प्र. १	निबंध		गुण १०	३० मि.
प्र. २	गद्य दीर्घोत्तरी १/३		गुण ८	१५ मि.
प्र. ३	गद्य लघुत्तरी २/४		गुण ८	१० मि.
प्र. ४	पद्य दीर्घोत्तरी १/३		गुण ८	१५ मि.
प्र. ५	पद्य लघुत्तरी १/३		गुण ४	५ मि.
प्र. ६	अ) गद्य आशय सौंदर्य १/३		गुण ४	१० मि.
	ब) पद्य आशय सौंदर्य १/३		गुण ४	१० मि.
	क) गद्य – एका वाक्यात २/४		गुण २	५ मि.
	पद्य – एका वाक्यात २/४		गुण २	५ मि.
प्र. ७	अ) स्थूल वाचन दीर्घोत्तरी १/३		गुण ४	१० मि.
	ब) स्थूल वाचन लघुत्तरी १/३		गुण ६	१० मि.
प्र. ८	१) अलंकार लक्षण सांगून उदाहरण १/२		गुण २	५ मि.
	२) वाक्यरूपांतर २/३		गुण २	५ मि.
	३) इंग्रजी शब्दांचे मराठी पारिभाषिक शब्द ४/६		गुण २	५ मि.
	४) वाक्य शुद्ध करा १/२		गुण २	५ मि.
	किंवा			
	विराम चिन्हे वापरून वाक्य लिहा. १/२			
	५) वाक्प्रचार – अर्थ लिहून २/४ स्वतःच्या वाक्यात उपयोग करा.		गुण २	५ मि.
प्र. ९	क) व्यावसायिक पत्र १/२		गुण ४	१० मि.
	ख) सारांशलेखन किंवा उताऱ्याखालील प्रश्नांची उत्तरे		गुण ३	१० मि.
	ग) निमंत्रणपत्रिका/कार्यक्रमपत्रिका/ वृत्तांतलेखन		गुण ३	१० मि.

प्रश्न सोडवण्याचा क्रम

प्रश्न ८

प्रश्न ९

प्रश्न ६–७–२–३–४–५

प्रश्न १

संपादक परिचय

विभावरी दामले
M.Sc. M.Ed., P. G. Dip. in Educational Teaching

- M.Sc. मुंबई विद्यापीठ – द्वितीय क्रमांक (१९८८) P.G. Dip. अभ्यासक्रमात SNDT विद्यापीठातून सर्वप्रथम (२०००) भारतीय संस्कृती परीक्षा मुंबई – सर्वप्रथम (२००५) संस्कृतभाषा साधना परीक्षा मुंबई – पाचवा क्रमांक (२००८).
- शारदाश्रम विद्यामंदिर तांत्रिक विद्यालय, दादर, मुंबई येथे २० वर्षे अध्यापन.
- स्टार माझा वाहिनीवर अभ्यास माझा दहावीचा या फोन इन लाईव्ह कार्यक्रमाद्वारे सातत्याने ३ महिने मार्गदर्शन.
- विविध वर्तमानपत्र व मासिकात लेखन
- लेखन –
  वक्ता दशसहस्त्रेषु
  डायमंड निबंधलेखमाला – इयत्ता ९ वी व १० वी, मराठी प्रथम भाषा

प्रा. दीपा ठाणेकर
M.A., B.Ed. M.Phil
प्रबंधिका (भारत सासणे यांचा चिरदाह एक दीर्घकथासंग्रह – एक चिकित्सक अभ्यास)

- राम निरंजन झुनझुनवाला महाविद्यालय, घाटकोपर, मुंबई येथील कनिष्ठ महाविद्यालयातील मराठी विभागात गेली १४ वर्ष अध्यापन करीत आहेत.

सहभागी लेखक

प्रा. सुहास बारटक्के

- डी. बी. जे. महाविद्यालय चिपळूण येथे २७ वर्षे अध्यापन व १००% निकालाची परंपरा
- आचार्य अत्रे विनोदी लेखन पुरस्कार व साहित्य विषयक अनेक पुरस्कारांनी सन्मानित
- आदर्श शिक्षक पुरस्कार प्राप्त
- सुमारे १० पुस्तकांचे लेखन
- वृत्तपत्रांत, आकाशवाणी इ. अनेक क्षेत्रात लीलया वावर असणारे पत्रकार प्राध्यापक

प्रा. मधुकर जाधव, M.A., M.Ed.

- मुंबई विद्यापीठात मराठी अभ्यासमंडळाचे माजी सदस्य
- भूत, जादुटोणा, अंधश्रद्धा विषयक चळवळीत योगदान.
- पुस्तकांस महाराष्ट्र राज्य पुरस्कार, अनेक विषयांवर विपुल लेखन

प्रा. कमलाकर मोरे

- टी.एस. बाफना कनिष्ठ महाविद्यालय, मालाड,
  विकास नाईट ज्युनि. कॉलेज विक्रोळी
- विपुल कथालेखन, कविता लेखन, मराठी मालिकांचे लेखनरुपांतरण

प्रा. लतिका भानुशाली

- रामनिरंजन झुनझुनवाला महाविद्यालय – घाटकोपर
- कलापारंगत व ग्रंथाली प्रकाशनासोबत सक्रीय

साधना पावस्कर, M.A., B.Ed.

- बंगाली अरेबिक भाषांचा अधिकृत अभ्यासक्रम यशस्वीरीत्या पूर्ण
- कीर्ती कॉलेज दादर, मोडी भाषा तज्ज्ञ

भारती प्रभू

- एम. पी. शाह कनिष्ठ महाविद्यालय – माटुंगा
- पर्यावरण व साहित्यविषयक चळवळींत सक्रीय

सुचेता चितळे नलावडे, M.A., B.Ed.

- क. जे. सोमैय्या कला आणि वाणिज्य कनिष्ठ महाविद्यालय – घाटकोपर
- बहिणाबाई चौधरी यांच्या कवितांवर जाहीर कार्यक्रम
- ८४ व्या आखिल भारतीय साहित्य संमेलनात 'कथाकथन'चे सूत्रसंचालन

प्रा. नम्रता लाडे

- शारदाश्रम विद्यामंदिर कनिष्ठ महाविद्यालय (वाणिज्य) दादर, मुंबई २८
- पुस्तक परीक्षण स्पर्धेत विद्यापीठ स्तरावरील स्पर्धेत प्रथम पारितोषिक
- H.S.C. परीक्षेत मराठी विषयात दोन विद्यार्थ्यांना सुवर्णपदक

साक्षी मडव

- शारदाश्रम विद्यामंदिर कनिष्ठ महाविद्यालय (H.S.C. Voc) व्याख्याता
- सुवर्ण पदक मानकरी

विभाग १ : व्याकरण

अकरावी / बारावी (प्र. ८ वा.)

अकरावी / बारावीच्या प्रश्नपत्रिकेत प्र. क्र. ८ हा व्याकरणावर आधारित असतो. प्रश्नपत्रिकेच्या अनुषंगाने अकरावीच्या प्रश्नपत्रिकेतील आठव्या प्रश्नाचा आपण विचार करू.

प्र. ८ वा. (क) खालीलपैकी कोणत्याही एका वृत्ताची सोदाहरण लक्षणे सांगा - असा प्रश्न असून त्याला २ गुण असतात. त्यापैकी १ गुण, लक्षण, १ गुण - उदाहरणास अशी गुणविभागणी असते.

प्र. ८ वा (क)	वृत्त व अलंकार

शाईत व वृत्त :

पद्य हे सुरावर, चालीवर गाता येते. म्हणजेच त्याच्या शब्दांची रचना लयबद्ध असते. पद्यामध्ये जी विशिष्ट शब्दरचना आपण करतो त्याला 'वृत्त' किंवा छंद असे म्हणतात.

या वृत्ताचे दोन प्रकार पडतात.

(१) अक्षरगणवृत्त, (२) मात्रावृत्त

(१) अक्षरगणवृत्त – ज्या पद्य रचनेत अक्षरसंख्या, त्याचे ऱ्हस्व, दीर्घ क्रम समान असतात. त्या पद्य रचनेला अक्षरगणवृत्त म्हणतात.

(२) मात्रावृत्त – ज्या पद्य रचनेत प्रत्येक चरणातील अक्षरसंख्या किंवा त्यांचा लघु गुरू क्रम सारखे नसतात. पण त्यांच्या मात्रा सारख्या असतात. त्याला मात्रावृत्त म्हणतात.

अक्षरगणवृत्त – यामध्ये पद्यपंक्तीतील अक्षरे ज्या ऱ्हस्व वा दीर्घ क्रमाने आलेली असतात, त्याप्रमाणे त्याचा लघुगुरूचा क्रम ठरवावा लागतो.

उदा. 'मंदाक्रांता	सरस	कविता	कालिदासी	विलासी'
– – – –	◡ ◡ ◡	◡ – –	– ◡ – –	◡ – –

लघु म्हणजे ऱ्हस्व (◡) हे चिन्ह तर गुरूसाठी म्हणजे दीर्घ (–) हे चिन्ह वापरले जाते.

लघु (◡) म्हणजे बाराखडी मधील क, कि, कु

गुरु (–) म्हणजे बाराखडीमधील – का, की, कू, के, कै, को, कौ, कं, क:
तसेच काही जोडाक्षरे – उदा. प्र. ज्ज, द्र, द्व, इत्यादी.

(अधिक माहितीसाठी मराठी व्याकरणाचे 'सुगम मराठी व्याकरण - लेखन' मो. रा. वाळिंबे यांचे पुस्तक पहावे.) पद्य पंक्तीतीलच शेवटचे अक्षर नेहमीच गुरू असते.

(१) अक्षरगणवृत्तामध्ये पद्यपंक्तीचा लघुगुरू क्रम लावा. (२) वृत्ताची लक्षणे ठरविताना त्यातील तीन-तीन अक्षरांचा एकेक गट करावा. या गटांनाच **गण** असे म्हटले जाते. असे एकंदर आठ गण आहेत. (३) यती - कवितेचे चरण म्हणताना आपण जेथे थांबतो त्याला **यती** म्हणतात. हे आठ गण आपल्याला एका सूत्रातही सापडतात. ते सूत्र 'यमाताराजभानसलग'. (४) या सूत्रांमधून जर आपण खालीलप्रमाणे रचना केली तर लक्षात ठेवणे सोपं जाईल.

यमाता	मातारा	ताराज	राजभा	
⏑ – –	– – –	– – ⏑	– ⏑ –	
य	म	त	र	गटातील आद्य अक्षर गण ठरते.

जमान	भानस	नसल	सलग	(शेवटचे अक्षर म्हणून -)
⏑ – ⏑	– ⏑ ⏑	⏑ ⏑ ⏑	⏑ ⏑ –	
ज	भ	न	स	

वरील पद्यपंक्तीचे लघुगुरूचा क्रम लावून त्याचे तीन अक्षरांचे गट करून मग गण ठरवले अधिक स्पष्टीकरणासाठी आपण अभ्यासक्रमात असलेल्या **शार्दूलविक्रिडीत** या अक्षरगणवृत्ताचा विचार करू.

शार्दूलविक्रिडित

भाषा संस्कृति थोर एकच महाराष्ट्रा, तुझी देख रे

	भाषासं	स्कृतिथो	रएक	चमहा	राष्ट्रातु	झीदेख	रे
लघुगुरू क्रम	– – –	⏑ ⏑ –	⏑ – ⏑	⏑ ⏑ –	– – ⏑	– – ⏑	–
गण	म	स	ज	स	त	त	ग

नाना धर्म असंख्य जाति असती अद्यापि सारे खरे

	नानाध	र्मअसं	ख्यजाति	असती	अद्यापि	सारेख	रे
लघुगुरू क्रम	– – –	⏑ ⏑ –	⏑ – ⏑	⏑ ⏑ –	– – ⏑	– – ⏑	–
गण	म	स	ज	स	त	त	ग

भेदांनी परि या किती दोन तुवा व्हावे त्रिधा पीडित

	भेदांनी	परिया	कितीदि	नतुवा	व्हावेत्रि	धापीडि	त
लघुगुरू क्रम	– – –	⏑ ⏑ –	⏑ – ⏑	⏑ ⏑ –	– – ⏑	– – ⏑	–
गण	म	स	ज	स	त	त	ग

जाणूनी अपुले स्वरूप कर तू शार्दूलविक्रिडित

	जाणूनी	अपुले	स्वरूप	करतू	शार्दूल	विक्रीडि	त
लघुगुरू क्रम	– – –	⏑ ⏑ –	⏑ – ⏑	⏑ ⏑ –	– – ⏑	– – ⏑	–
गण	म	स	ज	स	त	त	ग

लक्षण – १) हे अक्षरगणवृत्त आहे.
२) याच्या प्रत्येक चरणात १९ अक्षरे असतात.
३) गण - म-स-ज-स-त-त-ग
४) यती - १२ व्या अक्षरावर

(परीक्षेत फक्त एका चरणाचाच लघुगुरू क्रम-गण दाखवायचे असतात. त्यामुळे एक ओळही पुरेशी असते.)

खाली काही ओळी सरावासाठी दिलेल्या आहेत.

१) आहे वृत्त विशाल त्यास म्हणती शार्दूलविक्रीडित।
२) दात्याला धनलोभ नित्य वसते दारिद्र्य विद्वज्जनी।
३) भाषा संस्कृति थोर एकच महाराष्ट्रा तुझी देख रे।

नववधू

नववधू हे मात्रावृत्त आहे.

मात्रावृत्त म्हणजे ज्या पद्य रचनेत प्रत्येक पंक्तीतील अक्षरसंख्या किंवा त्यांचा लघु-गुरू क्रम सारखे नसतात. पण त्यांच्या मात्रा सारख्या असतात त्यांना मात्रावृत्त म्हणतात.

मात्रावृत्तामध्ये ऱ्हस्वसाठी (१) तर दीर्घसाठी (२) अंक वापरून मात्रा दाखवल्या जातात.

उदा. हिरवे हिरवे गार गालिचे
१ १ २ १ १ २ २ १ २ १ २

मात्रावृत्तात सगळ्याच चरणांतील मात्रा सारख्या असल्या तर त्यास **'समजाती'** म्हणतात. दोन भिन्न मात्रावलींचे चरण असल्यास 'विषमजाती' म्हणतात.

नववधू या वृत्ताची लक्षणे उदाहरणासह लिहा.

उदाहरण

नववधू प्रिया, मी बावरते.
१ १ १२ १ २ २ २११२
२ + ८ + ६ = १६ मात्रा

लाजते, पुढे सरते, फिरते ।।ध्रु।।
२ १२ १२ ११ २ ११२
२ + ८ + ६ = १६ मात्रा

कळे मला तू प्राणसखा जरि
१२ १२ २ २११२ ११
८ + ८ = १६ मात्रा

कळे तूच आधार सुखा जरि
१२ १२ २ २११२ ११
८ + ८ = १६ मात्रा

तुजवाचूनि संसार फुका जरि
१ १ २२१ १ २१ १ २ ११
८ + ८ = १६ मात्रा

मन जवळ यावया गांगरते
१ १ १११ २ १ २ २११२
२ + ८ + ६ = १६ मात्रा

लक्षणे –

१) हे विषमजातीय वृत्त आहे. कारण चरणातील मांडणी भिन्न आहे.

२) प्रत्येक चरणात सोळा मात्रा आहेत. ध्रुपदाच्या पहिल्या दोन ओळीत २ + ८ + ६ अशी मात्रांची विभागणी तर अंतरेमधील तीन ओळीत ८ + ८ अशी दोन आवर्तने येतात.

ओवी

ओवी हे छंदवृत्त आहे. या रचनेत अक्षरांचे बंधन फारच शिथिल असते. मराठी संत साहित्यात वापरला गेलेला हा अत्यंत जुना छंद प्रकार आहे.

ओवीची उदाहरणे.

१) मन वढाय वढाय। उभ्या पिकातलं ढोर।
   किती हाकला हाकला। फिरी येतं पिकांवर॥
   यात प्रत्येक चरणात ८/८/८/८ अशी रचना आली आहे.

२) ऐसी असावी सर्व कला। नाही तरि वाया गेला।
   प्राणी जन्मला आणि मेला। नाहकचि॥
                                       संत तुकडोजी महाराज
   वरील उदाहरणात चौथा चरण लहान असल्यामुळे त्याला साडेतीन चरणी ओवी
   म्हणतात. रचना ९/८/९/४ अशी आहे.

३) बाळ जातो दूर देशा। मन गेले वेडावून।
   आज सकाळपासून॥
                                       - गोपीनाथ
   वरील ओवी आधुनिक प्रकारातील आहे. तिला तीनच चरण असतात. रचना
   ८/८/८ अशी आहे.

लक्षणे –

१) ओवीला तीन वा चार चरण असतात.
२) चौथे चरण असले तर पहिल्या तीन चरणांपेक्षा अक्षरसंख्या लहान असते.
३) काहीवेळेस चार चरण असलेल्या ओवीतील पहिल्या तीन चरणाच्या शेवटी यमक
   असते.
४) ओवीच्या पहिल्या तीन चरणांतील प्रत्येकात पाचपासून पंधरापर्यंत अक्षरे असतात.
५) ओवीच्या तीनही चरणांत कमी-अधिक अक्षरे चालतात.

प्र. ८ वा (क)	अलंकार

अलंकाराचा प्रश्न अकरावीच्या / बारावीच्या प्रश्नपत्रिकेत ८-क क्रम स्थानावर
असतो.

प्र. ८. (क) कोणत्याही एका अलंकाराचे लक्षण सांगून उदाहरण लिहा.
लक्षणासाठी १ गुण व उदाहरणासाठी १ गुण असतो.
आपली भाषा अधिक परिणामकारक किंवा चांगली दिसावी म्हणून आपण नेहमीची
साधी भाषा न वापरता आपण वेगळ्याच पद्धतीने सांगून ती अधिक आकर्षक करण्याचा
वापर करतो. अशा सुंदर चमत्कृतिपूर्ण रचनेमुळे मनाला आनंद मिळतो. भाषेला ज्या
अशा रचनांमुळे शोभा येते त्याला **भाषेचे अलंकार** म्हणतात.

भाषेच्या अलंकाराचे दोन प्रकार आहेत.

(१) शब्दालंकार – शब्दचमत्कृतीसाधून भाषेचे सौंदर्य जिथे खुलवले जाते. तेथे शब्दालंकार होतो.

(२) अर्थालंकार – अर्थचमत्कृतीसाधून जेव्हा भाषेला नटवतात तेव्हा अर्थालंकार होतो.

अर्थालंकारात दोन वस्तुंची तुलना, साम्य, विरोध, साधारण धर्म यांबाबतीत चमत्कृतिपूर्ण वर्णन असते. हे करत असताना उपमान व उपमेय महत्त्वाचे ठरते.

उपमान – ज्याच्याशी तुलना करायची ते

उपमेय – ज्याची तुलना करायची ते.

अकरावीसाठी अभ्यासक्रमात असलेल्या अलंकारांचा आपण प्रथम विचार करू. हे सर्व अर्थालंकार आहेत.

उत्प्रेक्षा

अकरावीसाठी हे अलंकार

व्याख्या (१) गुण, उदाहरण (१) गुण

लक्षण (व्याख्या) –

उत्प्रेक्षा म्हणजे कल्पना. ज्या दोन वस्तूंची आपण तुलना करतो. त्यातील एक (उपमेय) ही जणू काही दुसरी वस्तू (उपमान) च आहे. अशी कल्पना करणे याला **उत्प्रेक्षा** म्हणतात.

किंवा **उपमेय हे जणू उपमानच आहे असे जेथे वर्णिलेले असते. तेथे उत्प्रेक्षा अलंकार असतो.**

उदाहरण –

(१) अत्रीच्या आश्रमी। नेले मज वाटे।
माहेरची वाटे। खरेखुरें॥
(वाटे = रस्त्याने / – माहेरची वाटे = माहेर आहे असे वाटते)
(आश्रमाचा रस्ता माहेरची वाटच असल्यासारखा वाटणे ही कल्पना)

(२) आकाशातील चांदण्या जणू फुलांची पखरणच!
उपमेय - चांदण्या उपमान - फुलांची पखरण
(चांदण्या म्हणजे जणू फुलांची पखरण केल्याप्रमाणे वाटणे.)

(३) ती गुलाबी उषा म्हणजे परमेश्वराचे प्रेम जणू !
उपमेय - उषा उपमान - परमेश्वराचे प्रेम
(गुलाबी पहाट पाहून ते परमेश्वराचे प्रेम असल्याची कल्पना)

येथे कल्पनेला महत्त्व असल्याने ती कल्पना सुचविण्यासाठी जणू, जणू काय, गमे, वाटे, भासे असे साम्यदर्शक शब्दांचा वापर केला जातो.

टीप – परीक्षेत उत्तरपत्रिकेत व्याख्या, उदाहरण व वरील वाक्य लिहिणे अपेक्षिलेले आहे.

रूपक

लक्षण (व्याख्या) –

उपमेय व उपमान यांत एकरूपता आहे, ती भिन्न नाहीत असे वर्णन वाक्यात असते, तेव्हा त्याला **रूपक अलंकार** असे म्हणतात.

उदाहरण –

(१) लहान मूल म्हणजे मातीचा गोळा.
आकार द्यावा तशी मूर्ती घडते.
लहान मूल हे मातीच्या गोळ्यासारखे आहे असे न दाखवता त्यांच्यातील (उपमेय व उपमानातील) अभेद वर्णिलेला आहे.

(२) कुठे बुडाला पलीकडील तो सोन्याचा गोळा।
सूर्यबिंबाला सोन्याचा गोळा म्हणत असताना सूर्यबिंबाचे (उपमेय) व सोन्याचे सोनेरीपण (उपमान) एकरूप असल्याचे दर्शवलेले आहे.

स्वभावोक्ती

लक्षण (व्याख्या) –

एखाद्या व्यक्तीचे, प्राण्याचे, वस्तूचे, त्याच्या स्वाभाविक स्थितीचे हुबेहुब पण वैशिष्ट्यपूर्ण असे वर्णन केले जाते तेव्हा त्याला **स्वभावोक्ती अलंकार** असे म्हणतात.

उदाहरण –

(१) मातीत ते पसरले अतिरम्य पंख
केले वरी उदर पांडुर निष्कलंक
चंचू तशीच उघडी पद लांबविले
निष्प्राण देह पडला श्रमही निमाले॥ (रे. टिळक)
(मृत पक्षिणीच्या निष्प्राण देहाचे हुबेहुब वर्णन येथे आले आहे.)

(२) पोटीच एक पद लांबविला दुजा तो। पक्षी तनू लपवि, भूप तया पाहतो।
टाकी उपानह, पदे अतिमंद ठेवी। केली विजार वरि, डौराहे, मौन सेवी. (रघुनाथपंडित)
(बागेतील तळ्याच्या काठी शांत झोपलेल्या हंसाचे व त्याला पकडण्यासाठी तयारी करणाऱ्या नलराजाचे वर्णन आले आहे.)

इयत्ता बारावीसाठी अभ्यासक्रमात समाविष्ट केल्या गेलेल्या अलंकाराचा आपण विचार करू.

श्लेष

लक्षण (व्याख्या) –

श्लेष हा शब्दालंकार व अर्थालंकारही आहे.

एकच शब्द दोन अर्थांनी वापरल्यामुळे जेव्हा शब्दचमत्कृती साधते तेव्हा 'श्लेष' हा अलंकार होतो.

वाक्यात ज्या शब्दाला दोन अर्थ असतात तो शब्द काढून त्याठिकाणी त्याच अर्थाचा दुसरा शब्द ठेवल्यामुळे श्लेष नाहीसा होत असेल तेव्हा शब्दश्लेष होतो.

उदाहरण –

(१) वसंतरावांना नेहमी सुपारी <u>लागते.</u>

लागणे या शब्दाचे दोन अर्थ होतात. १) हवी असणे, २) खाल्यामुळे चक्कर येणे.

(२) <u>मित्राच्या</u> उदयानं कोणाला आनंद होत नाही.

मित्र म्हणजे सूर्य आणि स्नेहीही.

वरील उदाहरणांत जर 'लागते' याऐवजी 'हवी असते' व 'मित्र' ऐवजी 'सखा' शब्द वापरले तर त्यातील श्लेष नाहीसा होतो म्हणूनच येथे **शब्दश्लेष** आहे.

जर समानार्थी दुसरा शब्द वापरूनही श्लेष कायम राहिला तर तेथे अर्थश्लेष होय.

उदा.   (१) कुस्करू नका ही सुमने।

जरी वास नसे तिळ यांस,

तरी तुम्हांस अर्पिली सु-मने॥

येथे सुमनेच्या ऐवजी फुले व सु-मने च्या ऐवजी चांगल्या मनाने असे शब्द वापरले तरीही अर्थ तोच राहतो म्हणजे इथे **अर्थश्लेष** आहे.

व्यतिरेक

हे बारावीसाठी असलेले अलंकार.

लक्षण (व्याख्या) –

'उपमेय' हे एखाद्या गुणाच्या बाबतीत उपमानापेक्षाही सरस असल्याचे वर्णन केले जाते. तेव्हा व्यतिरेक अलंकार होतो.

उदाहरण -

(१) अमृताहुनी गोड। नाम तुझे देवा॥

उपमेय – देवाचे नाम   उपमान - अमृत

(२) प्राजक्तापेक्षाही तुझे ओठ कोमल आहेत.

उपमेय – ओठ   उपमान – प्राजक्त

येथे नेहमीच उपमेयाचे उपमानावर आधिक्य असते.

(३) तू माऊलीहून मयाळ। चंद्राहुनि शीतळ।
पाणियाहूनि पातळ। कल्लोळ प्रेमाचा॥

उपमेय - परमेश्वराचे प्रेम   उपमान - माऊली, चंद्र, पाणी.

अतिशयोक्ती

लक्षण (व्याख्या) –

प्रत्येक गोष्टीचे चमत्कृतिपूर्ण वर्णन करावयाचे तर त्यात थोडी **अतिशयोक्ती येतेच.** कोणतीही कल्पना आहे. त्यापेक्षा फुगवून सांगताना त्यातील असंभाव्यता अधिक स्पष्ट करून सांगितली जाते. त्यावेळी **अतिशयोक्ती** हा अलंकार होतो.

उदा.

(१) काव्य अगोदर झाले नंतर जग झाले सुंदर
रामायण आधी मग झाला जानकीवर.

(जगनिर्मिती अगोदर काव्यनिर्मिती अशक्य तसेच रामाच्या अगोदर रामायणही निर्माण होणे अशक्यच.)

(२) पाषाणा पाझर सुटती रे।

(पाषाणाला पाझर सुटूच शकत नाही)

प्र. ८ वा (ख)	वाक्यांचे प्रकार व वाक्यरूपांतर

प्र. ८ (ख) कंसातील सुचनेनुसार कोणत्याही दोन वाक्यांचे रूपांतर करा.

वाक्यपृथक्करणाचा वाक्यरूपांतर हा एक भाग आहे. वाक्यात एकच उद्देश्य आणि एकच विधेय असते. ज्याच्याविषयी वक्ता बोलतो त्याला **उद्देश्य** तर उद्देश्याविषयी तो जे काही बोलतो त्याला **विधेय** म्हणतात.

वाक्यात केवळ उद्देश्य व विधेय एवढेच शब्द न येता त्यांचे विस्तार करणारे शब्दही असू शकतात त्यावरून वाक्यांचे तीन प्रकार मानले जातात. एक किंवा वाक्यांचा अर्थ कायम ठेवून त्यांची रचना बदलण्याच्या प्रक्रियेला **वाक्यरूपांतर** असे म्हणतात.

वाक्याचे तीन प्रकार पुढीलप्रमाणे

(१) केवल वाक्य : ज्या वाक्यात एकच उद्देश्य व एकच विधेय असते त्यास केवल किंवा शुद्ध वाक्य म्हणतात.

(२) मिश्रवाक्य : एक प्रधान वाक्य व एक किंवा अधिक गौणवाक्ये गौणत्वसूचक उभयान्वयी अव्ययांनी जोडून जे एक वाक्य तयार होते त्यास मिश्र वाक्य म्हणतात.

(३) संयुक्त वाक्य : दोन किंवा अधिक केवल वाक्य प्रधानत्वबोधक उभयान्वयी अव्ययांनी जोडली असता जे एक जोडवाक्य तयार होते. त्याला संयुक्तवाक्य म्हणतात.

ही वाक्यरूपांतर करताना काय लक्षात ठेवता येईल.

केवल	मिश्र	संयुक्त
कोणत्याही दोन वाक्यांचे केवल वाक्यात रूपांतर करताना विभक्तीचे प्रत्यय व शब्दयोगी अव्यय यांचा वापर करावा. सरावासाठी काही पाठ्यपुस्तकातील उदाहरणे	कोणतेही केवल वा संयुक्त वाक्याचे मिश्र वाक्यात रूपांतर करताना जर-तर, जे-ते, जेव्हा-तेव्हा, ज्यामुळे-त्यामुळे यासारख्या उभयान्वयी अव्ययांचा वापर करावा. उदाहरणे ११ वी १२ वी च्या घेतली आहेत.	कोणतेही केवळ वा मिश्र वाक्याचे संयुक्त वाक्यात रूपांतर करताना आणि, व, पण, परंतु, कारण, किंवा, सबब यासारख्या उभयान्वयी अव्ययांचा वापर करावा.
(१) सायकलींचा वापर वाढल्यामुळे चोऱ्याही थांबल्या.	○ <u>जसा</u> सायकलींचा वापर वाढला <u>तशा</u> चोऱ्याही थांबल्या.	○ सायकलींचा वापर वाढला <u>आणि</u> चोऱ्याही थांबल्या.
(२) तिला एक चार वर्षांचा मुलगाही आहे, हे कळल्या<u>वर</u> मला आश्चर्य वाटलं.	○ तिला एक चार वर्षांचा मुलगा असल्याचे <u>जेव्हा</u> मला कळले <u>तेव्हा</u> मला आश्चर्य वाटले.	○ तिला एक चार वर्षांचा मुलगा असल्याचे मला कळले <u>आणि</u> मला आश्चर्य वाटले.
(३) महाराजांच्या लक्षात आल्या<u>वर</u> त्यांनी सुपरवायझरला तंबी दिली.	○ <u>ज्यावेळी</u> महाराजांच्या लक्षात आले <u>त्यावेळी</u> त्यांनी सुपरवायझरला तंबी दिली.	○ महाराजांच्या लक्षात आले <u>व</u> त्यांनी सुपरवायझरला तंबी दिली.
(४) मस फासले<u>ली</u> काळी तोंडे भयंकर वाटत होती.	○ <u>ज्यांना</u> मस फासली होती अशी <u>ती</u> काळी तोंडे भयंकर वाटत होती.	

टीप : ह्या प्रश्नात एक वाक्यप्रकार ओळखण्यासाठी असतोच त्याचे गुण जाऊ देऊ नये.

प्र. ८ वा (ग) पारिभाषिक शब्दांचे अर्थ

अकरावी / बारावीच्या प्रश्नपत्रिकेत प्रश्न क्र. ८ - क हा परिभाषिक शब्दांचा अर्थ सांगा असा असतो यामध्ये सहा शब्द दिलेले असतात. त्यापैकी चार शब्दांचा अर्थ लिहायचा असतो. यात एका बिनचूक शब्दार्थाला १/२ गुण असतो.

- अकरावी - बारावीच्या पाठ्यपुस्तकात पारिभाषिक शब्द म्हणजे काय याविषयी योग्य माहिती दिलेली आहे. पाठ्यपुस्तकात जे पारिभाषिक शब्द दिलेले आहेत तेच परीक्षेत विचारले जातात. अकरावी / बारावीच्या पाठ्यपुस्तकातील पारिभाषिक शब्दांचा अभ्यास करताना केवळ पाठांतर, घोकंपट्टी योग्य नव्हे.
- ह्या शब्दांचा अर्थ लक्षात घेऊन ते पाठ करावेत.
- हे शब्द सतत इंग्रजीमधून आपल्या कानावर पडतात. तेव्हा मराठीतील अर्थाबाबत विचार करावा.
- मित्र-मैत्रिणींसोबत या शब्दांसाठीची स्पर्धा खेळावी.
- ह्या शब्दांवर आधारित शब्दकोडे तयार करावे.
- एखादा तक्ता तयार करून अभ्यासाच्या खोलीत दर्शनी भागी लावावा.

प्र. ८ वा (घ) शुद्धलेखन व विरामचिन्हे

अकरावी / बारावीच्या प्रश्नप्रत्रिकेत प्रश्न क्र. ८-ड हा शुद्धलेखन व विरामचिन्हांवर आधारित असतो.

यात शुद्धलेखन व विरामचिन्हे हा पर्याय असतो.

अकरावी-बारावीच्या पाठ्यपुस्तकात शुद्धलेखनाविषयीचे नियम दिलेले आहेत. ते अभ्यासावेत.

प्रश्नपत्रिकेतील दोन्ही वाक्यात प्रत्येकी दोन अशुद्ध शब्द असतात. प्रत्येक सुधारित शब्दास १ गुण असतो व वाक्य पूर्ण लिहिणे आवश्यक असते. उदा :

(१) संचालकांनी सांगीतले की, दरमहा पन्नास रूपये त्यांच्या नावावर जमा केले जातिल.

सुधारित वाक्य (शुद्ध वाक्य) :

संचालकांनी सांगितले की दरमहा पन्नास रूपये त्यांच्या नावावर जमा केले जातील.

या प्रश्नासाठी काही सूचना :

○ पाठ्यपुस्तकाचे नियमित वाचन

○ गद्य पाठाच्या खाली असलेले स्वाध्यायातील व्याकरण हा प्रश्न नियमित वाचावा, सोडवावा.

या प्रश्नासाठी पर्यायी प्रश्न असतो तो विरामचिन्हांचा

इंग्रजीमध्ये ज्याप्रमाणे आपण पूर्णविराम, स्वल्पविराम, अर्धविराम, अपूर्ण विराम, प्रश्नचिन्ह, उद्गारचिन्ह, अवतरणचिन्हे, संयोगचिन्हे, अपसारण ही चिन्ह वापरली जातात त्याच पद्धतीने मराठीत वापरावी.

	चिन्हाचे नाव	चिन्ह	केव्हा वापरायचे-
(१)	पूर्ण विराम	.	(१) विधान वा वाक्य पूर्ण झाले हे दाखवण्यासाठी. (२) शब्दांचा संक्षेप दाखवण्यासाठी (उदा. : गो. मा. पवार)
(२)	अर्धविराम	;	दोन छोटी वाक्ये उभयान्वयी अव्ययांनी जोडली असता (उदा. : खूप प्रयत्न केले; पण यश लाभले नाही)
(३)	स्वल्पविराम	,	○ एकाच जातीचे शब्द लागोपाठ आल्यास (उदा. : किरण, स्वप्नील, नेहा) ○ संबोधन दर्शविताना (उदा. , प्रत्युष, इकडे ये.)
(४)	अपूर्णविराम	:	वाक्याच्या शेवटी तपशील द्यायचा असेल तर (उदा. : राज्याचा निकाल अनुक्रमे असा लागला : मुंबई - ९६%, पुणे - ९२%, अमरावती - ८५%)
(५)	प्रश्नचिन्ह	?	प्रश्नार्थक वाक्याच्या शेवटी (उदा. : तू कसा आहेस ?)
(६)	उद्गारचिन्ह	!	उत्कट भावना व्यक्त करताना ती दाखविणाऱ्या शब्दाच्या शेवटी. (उदा. : हाय रे, देवा ! ओह!)

	चिन्हाचे नाव	चिन्ह	केव्हा वापरायचे-
(७)	अवतरणचिन्हे	" " ' '	दुहेरी - बोलणाऱ्याच्या तोंडची वाक्य दाखवताना (उदा. : राम म्हणाला, "तू जा.") एकेरी - एखाद्या शब्दावर जोर द्यायचा असल्यास व दुसऱ्याचे मत अप्रत्यक्षपणे सांगताना (उदा. : चोख्याला वाटायचं, 'पोरगा अगदी आपल्या वळणावर गेला!')
(८)	संयोगचिन्ह	-	(१)दोन शब्द जोडताना (उदा. : विद्यार्थी - भांडार)
(९)	अपसारण चिन्ह	–	○ बोलता बोलता विचारमालिका तुटल्यास (उदा. : मी तेथे गेलो, पण –) ○ स्पष्टीकरण द्यायचे असल्यास –

यामध्ये प्रत्येक बिनचूक विरामचिन्हास १ गुण वाक्यपूर्ण लिहिलेले असावे. प्रत्येक वाक्यात दोन विरामचिन्हांचा अभाव असतो ती देऊन वाक्य पूर्ण करावे.

विरामचिन्हे व शुद्धलेखन याकरिता याच पुस्तकातील निबंध व इतर लेखन अभ्यासक्रमपूर्वक वाचा.

प्र. ८ वा (च)   वाक्प्रचार

चार वाक्प्रचार पाठ्यपुस्तकातीलच विचारतात.

अकरावी बारावीच्या प्रश्नपत्रिकेतील प्रश्न ८(च) हा वाक्प्रचारांवर आधारित असतो. चार वाक्प्रचारांपैकी दोन वाक्प्रचारांचा अर्थ सांगून वाक्यात उपयोग करावयाचा असतो.

(बिनचूक अर्थासाठी १/२ गुण व वाक्यात उपयोग करण्यासाठी १/२ गुण)

सूचना -

○ पाठ्यपुस्तकातील गद्य / पद्य / स्थूल विभाग अभ्यासताना येणारे वाक्प्रचार अधोरेखित करावेत.

○ असे वाक्प्रचार एका कागदावर लिहून ठेवावेत. प्रवासात, रिकाम्या वेळेत ते वाचत राहावेत. लिहिताना पाठानुसार लिहावेत ज्यामुळे तो वाक्प्रचार कुठे वापरला गेला तो संदर्भही लक्षात राहतो.

अकरावी	बारावी
(१) जुम्मस न खाणे - हिंमत न हारणे	(१) मनसुबा होणे - सल्ला मसलत होणे
(२) मोहोरम करणे - पराभूत करणे	(२) कोंदणात बसवणे - महत्त्वपूर्ण स्थान देणे
(३) झोटधरणी होणे - तुंबळ युद्ध होणे	(३) अंग असणे - सहभाग असणे
(४) जीवित्वास तृणप्राय मानणे - जीवावर उदार होणे	(४) दात असणे - राग असणे
(५) कळस होणे - (अत्युच्य पातळीपर्यंत) उंचावर पोहोचणे	(५) विरून जाणे - विरळ होत जाणे.
(६) खल करणे - खोलात जाऊन विचार करणे	(६) फतवा जारी करणे - आदेश निघणे.
(७) नकाशा बदलणे - स्थिती आमूलाग्र बदलणे	(७) धडे गिरवणे - एखादी गोष्ट आत्मसात करण्याचा प्रयत्न करणे
(८) रंकाचा राव होणे - गरिबीतून श्रीमंत होणे	(८) पायाचा दगड बनून राहणे- दुसऱ्याच्या उत्कर्षासाठी स्वत: सर्वस्वपणाने खपणे
(९) कदर करणे - सुरुवात करणे	(९) एखाद्या गोष्टीचा गंधही नसणे - त्या गोष्टीचे जराही ज्ञान नसणे.
(१०) नांदी ठरणे - सुरुवात करणे	
(११) बोळवण करणे - निरोप देणे	
(१२) आडाखा बांधणे - धोरण ठरवणे	
(१३) दीक्षा देणे - शिकवण देणे	
(१४) संगी होणे - सहवासात येणे	
(१५) प्राक्तनाचे दान मानणे - नशिबामुळे मिळालेल्या गोष्टी स्वीकारणे	

❏

विभाग २ : पत्रलेखन

थोडक्यात पण महत्त्वाचे

आपल्या मनातील विचार, भावभावना आपण बोलून तर दाखवतोच परंतु त्या व्यतिरिक्त आपण ह्या भावभावना पत्राद्वारे लिहूनही व्यक्त करू शकतो. आजच्या काळात ई - मेल, दूरध्वनी, एस. एम. एस. च्या जमान्यात पत्रलेखन काळाच्या मागे पडत असले तरी पत्र लिहिणे ही एक कला आहे. आपले म्हणणे थोडक्यात, मुद्द्यासहित लेखन पटवून देणे हे पत्राद्वारे आपण करीत असतो. आताच्या आधुनिक काळात कौटुंबिक पत्र मागे पडत आहे कारण दूरध्वनीद्वारे आपण एकमेकांच्या संपर्कात असतो. परंतु कार्यालयीन पत्र दैनंदिन व्यवहारात उपयोगात आणले जाते. एखाद्या गोष्टीबद्दल तक्रार करणे, विनंती करणे, आभार मानणे इत्यादी कामांसाठी कार्यालयीन पत्राचा वापर केला जातो.

HSC परीक्षेत केवळ औपचारिक पत्रे लिहिणे अपेक्षित आहे.

पत्रविषय सामान्यत: खालील प्रकारे असतात.

(१) मागणीपत्र (क्रीडासाहित्य / पुस्तके / स्टेशनरी इ.)

(२) तक्रारपत्र (वीजअधिकारी / नगरपालिका - महानगरपालिका अधिकारी पोलिस अधिकारी / बँक अधिकारी इ.)

(३) विनंतिपत्र (प्राचार्य, लेखक, वक्ते शिक्षणाधिकारी इ.)

(४) आवेदनपत्र (नोकरीसाठी संबंधित अधिकारी.)

(५) निमंत्रणपत्र / आभारपत्र (वक्ते, संयोजक, काम करणारे अधिकारी इ.)

अकरावी, बारावीच्या अभ्यासक्रमात कार्यालयीन पत्र समाविष्ट केलेले आहे. हे पत्र लिहीत असताना पुढील काही गोष्टींचा समावेश करणे आवश्यक आहे.

○ कार्यालयीन पत्रलेखन करताना उजव्या बाजूला पत्रलेखकाचे नाव, पत्ता व दिनांक लिहावे. पत्ता पूर्ण लिहून झाल्यावरच पूर्णविराम द्यावा.

○ पत्रलेखकाचे नाव, पत्ता, प्रश्नपत्रिकेत दिला नसल्यास मोघम पत्ता लिहावा.

○ डाव्या बाजूला प्रति, संबंधित अधिकाऱ्यांचा हुद्दा लिहून कार्यालयीन पत्ता लिहावा.

○ विषय पत्राच्या मध्यभागी ४-५ शब्दांत लिहावा.

○ मा. महोदय/मा. महोदया, मायना नेहमी लिहावा. दोन-तीन वाक्यांचे दोन-तीन परिच्छेद पुरेसे आहेत.

○ जो विषय पत्राचा असेल त्याची मांडणी सुस्पष्ट व थोडक्यात असावी.

○ तसदीबद्दल क्षमस्व, कळावे हे समारोपाचे वाक्य लिहावे.

- शेवटी स्वाक्षरी असावी, परंतु विद्यार्थ्यांनी परीक्षेत आपली ओळख दाखवायची नसते. त्यामुळे विद्यार्थ्यांनी अ-ब-क अशी स्वाक्षरी करावी.
- अकरावी, बारावीच्या परीक्षेत विद्यार्थ्यांनी लिफाफा काढणे आवश्यक नाही.

पत्रलेखन गुणदानपद्धत

> पत्ता व दिनांक
> $\frac{१}{२}$ गुण

> पत्ता व मायना
> $\frac{१}{२}$ गुण

> विषय :
> $\frac{१}{२}$ गुण

> मुख्य मजकूर व सुयोग्य भाषा
> २ गुण

> समारोप
> तसदीबद्दल क्षमस्व,
> कळावे,
> $\frac{१}{२}$ गुण

> आपला विश्वासू,
> अ ब क

मागणीपत्र

- १ -

दहावी व बारावीच्या विद्यार्थ्यांना उपयुक्त पुस्तकांची मागणी करणारे पत्र लिहा.

अ. ब. क.
अक्षरानंद विद्यालय,
सदानंद मार्ग,
नागपूर,
दिनांक : १० नोव्हेंबर २०११.

प्रति,
मा. व्यवस्थापक,
डायमंड पब्लिकेशन,
पुणे - ३०.

विषय : पुस्तके उपलब्ध करून देण्याबाबत -

महोदय,

आपल्या प्रकाशनाची पुस्तके आमच्या विद्यार्थ्यांना संदर्भ साहित्य म्हणून नेहमीच उपयोगी ठरतात. याच मालिकेत आपण नुकतीच प्रकाशित केलेली निबंधाची पुस्तके प्रत्येकी १०० प्रती लवकरात लवकर वरील पत्त्यावर पाठवाव्यात ही विनंती

(१) डायमंड निबंध लेखमाला इ. नववी व दहावी करिता
(२) डायमंड निबंध लेखमाला इ. अकरावी व बारावी करिता

वरील खरेदीवर आपण नेहमीप्रमाणे २०% सवलत द्यावी, ही विनंती.

कळावे,

आपला विश्वासू,
अ. ब. क
(ग्रंथपाल)

◆ ◆ ◆

- २ -

महाविद्यालयात NCC चे विद्यार्थी वसुंधरा दिनानिमित्त वृक्षारोपण करणार आहेत. तुमच्या परिसरातील रोपवाटिकेमधून रोपांची मागणी करणारे पत्र लिहा.

अ. ब. क.,
ज्ञानविहार कनिष्ठ महाविद्यालय,
सुबोधनगर,
जि. यवतमाळ,
दिनांक : १० एप्रिल २०११.

प्रति,
मा. व्यवस्थापक,
मोहर रोपवाटिका,
तलावपाळी, सुबोधनगर

विषय : वसुंधरा दिनानिमित्त रोपे पुरवण्याबाबत-

महोदय,

येत्या २३ एप्रिल रोजी वसुंधरा दिनानिमित्त आमच्या महाविद्यालयातील NSS चे विद्यार्थी महाविद्यालयाच्या प्रांगणात वृक्षारोपण करणार आहेत. तरी आम्हास पुढील प्रकारची प्रत्येकी १० सक्षम रोपे सुयोग्य दरात उपलब्ध करून द्यावीत ही विनंती.

(१) रातराणी
(२) कण्हेर
(३) अनंत
(४) तगर

सदर रोपे दि. २२ एप्रिल रोजी सायंकाळी ५ वाजेपर्यंत महाविद्यालयात पाठवावीत ही विनंती. कळावे,

आपली विश्वासू,
अ. ब. क.
(NSS प्रतिनिधी)

◆ ◆ ◆

- ३ -

आंतर महाविद्यालयीन गायन स्पर्धेसाठी ध्वनिक्षेपण यंत्रणेची मागणी करणारे पत्र लिहा.

अ. ब. क.
गंधर्व कला महाविद्यालय,
संगीतनगर, सातारा,
दि. : २५ सप्टेंबर २०११.

प्रति,
मा. व्यवस्थापक,
कृष्णा साऊंड सर्व्हिस,
संगीतनगर, सातारा.

विषय : ध्वनिक्षेपण यंत्रणा उपलब्ध करून देण्याबाबत-

महोदय,

प्रतिवर्षीप्रमाणे यावर्षी देखील कोजागिरी पौर्णिमेच्या निमित्ताने शनिवार दि. १० ऑक्टोबर २०११ रोजी आंतरमहाविद्यालयीन गायनस्पर्धा आमच्या गंधर्व कला महाविद्यालयाने आयोजित केली आहे. ही स्पर्धा सकाळी ठीक नऊ ते रात्री आठ वाजेपर्यंत सुरू राहील.

तरी या प्रसंगी उत्तम प्रकारची ध्वनिक्षेपण यंत्रणा आपण पुरवावी ही विनंती. क्षमतेचे २ ध्वनिवर्धक (स्पीकर्स) ३ कॉर्डलेस माईक्स, सीडी व कॅसेट प्लेयर त्यामध्ये असावे. तसेच सदर कार्यक्रमाचे ऑडिओ रेकॉर्डिंग करण्याची व्यवस्था करावी.

शैक्षणिक संस्थेसाठी आपण हा कार्यक्रम करत आहोत या दृष्टिकोनातून वाजवी भावाने बिलआकारणी करावी ही विनंती. कळावे,

आपला विश्वासू,
अ. ब. क.

◆ ◆ ◆

तक्रारपत्र

– १ –

रस्त्यावरील कचरापेटीची जागा बदलविण्याबाबत 'आरोग्य संचालक, डोंबिवली नगरपालिका' यांना पत्र लिहा.

अ. ब. क.
सार्वजनिक स्वच्छता मंडळ,
आगरकर रस्ता,
डोंबिवली (पूर्व), जि. ठाणे,
दि. : २ जानेवारी २०१०.

प्रति,
आरोग्य संचालक,
नगर स्वच्छता विभाग,
डोंबिवली नगरपालिका,
डोंबिवली, ठाणे.

विषय : कचरापेटीची जागा बदलविण्याबाबत –

मा. महोदय,

आमच्या विभागातील सार्वजनिक स्वच्छता मंडळाचा अध्यक्ष या नात्याने मी हे पत्र आपणास लिहित आहे. आगरकर पथ सुरू होतो त्या कोपऱ्यावर एक कचरापोटी डोंबिवली नगरपालिकेने ठेवली आहे. ही पेटी नेहमीच कचऱ्याने पूर्णतः भरून वाहत असते. त्याच्या दुतर्फा इमारती आहेत. याच रस्त्यावर एक शाळा व दवाखाना आहे. शाळेतील मुले, दवाखान्यातील रोगी या सगळ्यांना त्याचा त्रास होतो.

जर मोकळ्या जागेवर ही कचरापेटी हलविल्यास नागरिकांना हा त्रास कमी होईल.

या प्रकरणी आपण जातीने लक्ष देऊन या विभागातील नागरिकांची गैरसोय दूर करावी, ही नम्र विनंती.

तसदीबद्दल क्षमस्व.

कळावे,

आपला नम्र,
अ. ब. क.

◆ ◆ ◆

- २ -

तुमच्या विभागात काही दिवसांपासून दूषित पाणीपुरवठा होत आहे. त्याबाबत तक्रारपत्र पाणी पुरवठा अधिकाऱ्यांस लिहा.

अ. ब. क.
२/४८, डायमंड हौ. सो.,
आर. बी. मार्ग,
दयासागर, मालाड (पूर्व),
मुंबई - ४०० ०६५.
दिनांक : ६ जून २०१०.

प्रति,
विभागीय पाणीपुरवठा अधिकारी,
मालाड पाणीपुरवठा विभाग,
मालाड (पश्चिम),
मुंबई - ४०० ०६३.

विषय : दूषित पाण्याबाबत तक्रारपत्र

माननीय महोदय,

मी आर. बी. मार्गावरील डायमंड सोसायटीत राहात असून आमच्या विभागात गेले चार दिवस नळाद्वारे दूषित पाणीपुरवठा होत आहे.

नळाद्वारे येणारे पाणी अतिशय गढूळ असते. त्याला दुर्गंधही येत असतो. हे पाणी उकळून जरी पिण्यासाठी घेतले तरी त्याचा दुर्गंध जात नाही. ह्या विभागात पाणीपुरवठा करणाऱ्या जलवाहिनीची कुठल्यातरी अस्वच्छ भागात गळती होत असावी व तिथली घाण पाण्यात मिसळून पाणी दुर्गंधित होत असावे. गेल्या चार दिवसांपासून आम्ही टँकरने पाणी मागवून त्यावर गुजराण करीत आहोत.

कृपया आपण या तक्रारीकडे लक्ष देऊन आपल्या कर्मचाऱ्यांना जलवाहिनी बदलण्यासंबंधी सूचना देऊन लवकरात लवकर आमच्या तक्रारींचे निवारण करावे, अन्यथा इथल्या परिसरातील लोकांचे आरोग्य धोक्यात येऊ शकते.

तसदीबद्दल क्षमस्व.

कळावे,

आपला नम्र,
अ. ब. क.

◆ ◆ ◆

- ३ -

तुमच्या विभागात विजेची चोरी होत आहे. याबाबतीत तक्रार करणारे पत्र वीजमंडळ अधिकाऱ्यास लिहा.

अ. ब. क
ए-४-४०५,
अॅन्जलिना गार्डन,
कोलशेत रस्ता, डोंबिवली (प.),
दिनांक : ५ मे २०१०.

प्रति,
विभागीय वीजपुरवठा अधिकारी,
वीज पुरवठा मंडळ,
डोंबिवली (पश्चिम).

विषय : विजेच्या चोरीबाबत तक्रारपत्र

माननीय महोदय,

मी कोलशेत रोड वरील अॅन्जलिना गार्डन या सोसायटीचा सेक्रेटरी या नात्याने आपल्याला कळवू इच्छितो की, आम्ही रहात असलेल्या सोसायटीच्या आजूबाजूला नवीन झोपडपट्ट्या उभारल्या जात आहेत व आमच्या विजेच्या तारांमधून दुसऱ्या तारा जोडून विजेची चोरी होत आहे.

ह्या झोपडपट्टीचे मालक अनधिकृत बांधकाम करीत आहेत. येथील झोपडपट्टीवासीयांसाठी विजेची सोय करण्याकरता हे मालक आमच्या सोसायटीपर्यंत वीजपुरवठा करणाऱ्या विजेच्या तारांना दुसऱ्या तारा जोडून अवैध पद्धतीने वीज वापरत आहेत. परिणामत: ५/६ महिन्यांपूर्वी येणारे विजेचे देयक (बिल) व आताचे देयक यामध्ये बराच फरक आढळतो. एकतर विजेची कमतरता आणि त्यातच विजेची चोरी होत असल्यामुळे देयकात झालेली वाढ यामुळे आमच्या सोसायटीतील सर्वच रहिवासी त्रस्त झाले आहेत. विजेची चोरी करणे हा गुन्हा आहेच.

कृपया आपण याबाबतीत तातडीने लक्ष घालून आम्हांस सहकार्य करावे. ह्या झोपडपट्टीच्या मालकाची चौकशी करून त्यांना ह्या गुन्ह्यापासून परावृत्त करावे. आपल्याकडून योग्य त्या सहकार्याची आम्ही अपेक्षा करीत आहोत.

तसदीबद्दल क्षमस्व.
कळावे,

आपला नम्र,
अ. ब. क.

◆ ◆ ◆

विनंतिपत्र

- १ -

आपल्या महाविद्यालयाच्या प्राचार्यांना आठ दिवसांची रजा मिळण्याबाबत पत्र लिहा.

अ. ब. क.
४/१५, 'अर्पण सहनिवास',
रानडे रस्ता,
दादर, मुं. २८.
दि. : ३ मे २०१०.

प्रति,
माननीय प्राचार्य,
रूपारेल महाविद्यालय,
माटुंगा मुंबई.

विषय : आठ दिवसांची रजा मिळण्याबाबत

महोदय,

मी आपल्या महाविद्यालयातील वाणिज्य विभागातील इ. ११ वी क मध्ये शिकणारी विद्यार्थिनी आहे. माझी आई सध्या अतिशय आजारी असल्यामुळे तिला जसलोक रुग्णालयात भरती केले आहे. डॉक्टरांच्या सल्ल्याप्रमाणे तिच्या जवळ सतत एक तरी व्यक्ती राहणे आवश्यक आहे.

माझ्याशिवाय तिची सेवा करण्यासाठी कोणीच नसल्यामुळे मला आठ दिवसांच्या अनुपस्थितीची अनुमती मिळावी, ही नम्र विनंती.

या कालावधीत बुडलेला अभ्यास मी आल्यानंतर भरून काढेन.

कळावे,

आपली विश्वासू,
अ.ब.क.

◆ ◆ ◆

- २ -

तुमच्या महाविद्यालयाच्या प्राचार्यांना विज्ञानशाखेच्या विद्यार्थ्यांसाठी CET चे क्लासेस सुरू करण्याबाबत विनंतीपत्र लिहा.

अ. ब. क.

११ वी विज्ञानशाखा - २०५,

आर. जे. महाविद्यालय,

साकीनाका,

अंधेरी (पश्चिम), मुंबई.

दिनांक : २० फेब्रुवारी २०१०.

प्रति,

माननीय प्राचार्या,

आर. जे. महाविद्यालय,

अंधेरी (पश्चिम).

विषय : CET चे वर्ग सुरू करण्याबाबत-

माननीय महोदया,

मी ११ वी विज्ञानशाखेच्या 'ब' वर्गात शिकत असून माझा उपस्थिती क्र. २०५ आहे. आपल्या महाविद्यालयात C.E.T चे वर्ग सुरू करण्याबाबत मी हे पत्र पाठवीत आहे.

बारावीच्या बोर्डाच्या परीक्षेनंतर विज्ञानशाखेच्या सर्वच विद्यार्थ्यांना C.E.T च्या परीक्षा देणे गरजेचे असते. या C.E.T च्या क्लासेसची फी अत्यंत महागडी आहे. आपल्या महाविद्यालयातील अनेक हुशार विद्यार्थ्यांना पैशाअभावी ह्या खाजगी क्लासेसला जाता येत नाही. त्यामुळे आम्हा विद्यार्थ्यांच्या वतीने मी आपणांस ही विनंती करीत आहे, की आपल्या महाविद्यालयात आपल्याच प्राध्यापकांच्या मार्गदर्शनाखाली हे क्लासेस सुरू करावेत. ह्या क्लासेसची फी माफक असावी. आपल्या महाविद्यालयातील सर्वच शिक्षक अत्यंत बुद्धिमान आणि निष्ठावान आहेत. त्यांच्या मार्गदर्शनाचा लाभ जर आम्हाला झाला तर या परीक्षांत आम्ही निश्चितच यशस्वी होऊ असा विश्वास आम्हांस वाटतो. त्यामुळे आपण शिक्षकांच्या अनुमतीने हे वर्ग सुरू करण्याविषयी विचार करावा. ही कळकळीची विनंती.

आपल्याकडून योग्य अशा सहकार्याची अपेक्षा आहे.

तसदीबद्दल क्षमस्व. कळावे,

आपला नम्र,

अ. ब. क

◆ ◆ ◆

२४ / **मराठी व्याकरण व निबंधलेखन**

- ३ -

सी.बी.एस.ई शाळेतून एस.एस.सी. शाळेत स्थलांतरित होण्यासाठी ना हरकत प्रमाणपत्र मिळण्याबाबत शाळेच्या मुख्याध्यापकांना विनंती करा.

अ. ब. क.
२४१, दहावी (ब),
केंद्रीय विद्यालय,
पवई, मुंबई - ४०००५६.
दिनांक : ५ मे २०१०.

प्रति,
माननीय मुख्याध्यापक,
केंद्रीय विद्यालय,
पवई, मुंबई - ४०००५६.

विषय : ना हरकत प्रमाणपत्र मिळण्याबाबत

आदरणीय मुख्याध्यापक,

मी आपल्या शाळेचा विद्यार्थी असून मी इयत्ता नववी / क मध्ये शिकत होतो. आता मी दहावी / ब मध्ये शिकत आहे.

सर, माझ्या वडिलांच्या नोकरीत बदली झाल्यामुळे मला सातारा या गावी जावे लागणार आहे. सातारा याठिकाणी सी.बी.एस.ई. च्या शाळा नाहीत. त्यामुळे मला एस.एस.सी मंडळाच्या शाळेत प्रवेश घ्यावा लागणार आहे. सातारा येथील शिवसमर्थ विद्यालयात दहावीसाठी प्रवेश अर्ज मी दाखल केलेला आहे. या अर्जासोबत सी.बी.एस.ई. बोर्डातर्फे ना हरकत प्रमाणपत्र लागणार आहे. हे प्रमाणपत्र ४ जून २०१० पर्यंत शिवसमर्थ शाळेत पोचेल अशी मला व्यवस्था करायची आहे.

माझी ही अडचण लक्षात घेऊन आपण त्वरित हे प्रमाणपत्रे देण्याची तजवीज करावी, ही नम्र विनंती.

तसदीबद्दल क्षमस्व.

कळावे,

आपला आज्ञाधारक,
अ. ब. क.

◆ ◆ ◆

परवानगीपत्र

- १ -

नववर्षांच्या निमित्ताने एन.एस.एस.च्या विद्यार्थ्यांना वृद्धाश्रमातील लोकांना भेटण्याची परवानगी मिळावी. यासाठी संचालकांना परवानगी मागण्यासाठी पत्र लिहा.

अ. ब. क.
११ ए - १०५, कलाविभाग,
बांदोडकर महाविद्यालय,
ठाणे (पश्चिम).
दिनांक : २ डिसेंबर, २०१०.

प्रति,
माननीय संचालक,
अहिल्या वृद्धाश्रम निवास संकुल,
ठाणे (पश्चिम)

विषय : वृद्धाश्रमाला भेट देण्याची परवानगी

माननीय महोदय,

मी बांदोडकर महाविद्यालयात कला शाखेच्या प्रथम वर्षात शिकत आहे. मी एन.एस.एस.चा विद्यार्थिप्रतिनिधी आहे व यावर्षी अनेक नवीन उपक्रम आम्ही हाती घेण्याचे ठरवले आहे.

आजची तरुणपिढी नवीन वर्षाचे स्वागत अत्यंत आधुनिक पद्धतीने करण्यास सज्ज असते. पण त्यात मजा, छानछौकीलाच प्राधान्य असते. यावर्षी नवीन वर्षाच्या निमित्ताने आम्ही विद्यार्थ्यांनी प्राचार्यांच्या अनुमतीने एक नवीन उपक्रम आखला आहे. तो म्हणजे आपल्या ठाण्यात असलेल्या वृद्धाश्रमातील लोकांना भेटावे, त्यांच्याशी गप्पा माराव्यात, त्यांच्याशी काही खेळ खेळावेत, रुग्णावस्थेत असलेल्यांची सेवा करावी. असा विचार आम्ही केला आहे. ह्या कार्यक्रमाची सुरुवात आपल्या वृद्धाश्रमापासूनच करावी असा आमचा विचार आहे. यासाठी आपल्या सहकार्याची आवश्यकता आहे. आम्हा विद्यार्थ्यांना वृद्धाश्रमात काही तास वृद्धांसोबत गप्पा मारण्याची परवानगी मिळावी. आमचे साधारण २० विद्यार्थी या उपक्रमात सहभागी होत आहेत. या ज्येष्ठ नागरिकांना भेटून त्यांच्या समस्या, व्यथा जाणण्याचा आम्ही प्रयत्न करू. आम्ही ३१ डिसेंबर यादिवशी भेट देण्यासाठी येणार आहोत. हा दिवस आपल्या संस्थेसाठी योग्य ठरेल का हे आपण कळवावे. कृपया आपल्या उत्तराची वाट पहात आहोत.

कळावे, लोभ असावा. ही विनंती.

आपला नम्र,
अ. ब. क. (विद्यार्थी प्रतिनिधी)

◆ ◆ ◆

आंग्रे शाळा समूह
मु. पो. वनाजवाडी,
ता. वनाजवाडी,
जि. रायगड,
दिनांक : ५ ऑगस्ट २०१०.

प्रति,
'शांतिवन' कुष्ठरोग निवारण समिती,
मु. पो. नेरे, ता. पनवेल,
जि. रायगड.

विषय : २०१० डिसेंबर ५, ६, ७ या तारखांना येणाऱ्या
शिबिरास परवानगी देण्याबाबत.

महोदय,

'आंग्रे शाळा समूह' ही शाळा वनाजवाडी, जि. रायगड येथील आहे. आमच्या शिक्षण संस्थेचा गेल्याच महिन्यात हीरक महोत्सव साजरा झाला. आमच्या शाळेतील विद्यार्थी अभ्यास व खेळाच्या क्षेत्रात नेहमीच पुढे असतात.

आपल्या संस्थेतर्फे घेण्यात येणाऱ्या 'समाजसेवा शिबिरास' इयत्ता ९ वीचे ५० विद्यार्थी ५, ६, ७ डिसेंबर २०१० तारखांना येऊ इच्छितात. त्यास परवानगी देण्यात यावी.

या शिबिरासंबंधी लिखित माहिती पत्रक असल्यास कृपया पाठवावे. त्यातून आम्हांस अन्य तपशील मिळेल. आपणांकडून सर्व माहिती लवकर मिळाल्यास आपणांस आवश्यक असणारी अग्रीम रक्कम पाठविणे शक्य होईल.

माहितीपत्रक व परवानगीची वाट पहात आहोत.

कळावे,

आपला स्नेहांकित,
सलील सरदेसाई
(शिबिर प्रमुख)

◆ ◆ ◆

आवेदनपत्र

- १ -

गोदरेज कंपनीत 'कॉम्प्युटर ऑपरेटर'च्या पदासाठी अर्ज करा.

अ. ब. क.
१/३१, 'तपस्या बिल्डिंग',
सयानी रोड,
दादर, मुंबई २८.
दि. : २८ एप्रिल २०१०.

प्रति,
माननीय संचालक,
गोदरेज कंपनी,
विक्रोळी, मुंबई.

विषय : कॉम्प्युटर ऑपरेटर या पदासाठी अर्ज

महोदय,

दि. २७-४-२०१० च्या दैनिक 'महाराष्ट्र टाइम्स' मधील जाहिरातीला अनुसरून मी हा अर्ज करीत आहे.

मी वाणिज्य शाखेचा पदवीधर असून संगणकाचा MSCIT हा शासनमान्य एकवर्षीय अभ्यासक्रम 'प्लस पॉइन्ट' या संस्थेतून यशस्वीरीत्या पूर्ण केलेला आहे. संगणकाचे ज्ञान मला आहे. दोन वर्षांचा कॉम्प्युटर ऑपरेटर म्हणून काम केल्याचा अनुभव मला आहे. तरी आपण मला आपल्या कंपनीत कॉम्प्युटर ऑपरेटर म्हणून संधी द्यावी, ही विनंती.

अर्जासोबत सर्व प्रमाणपत्रांच्या सत्यप्रती जोडत आहे.

कळावे,

आपली विश्वासू,
अ. ब. क.

(१) एस. एस. सी. प्रमाणपत्र
(२) एच. एस. सी. प्रमाणपत्र
(३) बी. कॉम प्रमाणपत्र
(४) MSCIT प्रमाणपत्र
(५) अनुभव प्रमाणपत्र

◆ ◆ ◆

- २ -

एका वर्तमानपत्राच्या कार्यालयात लिपिकाच्या पदासाठी अर्ज करणारे पत्र लिहा.

अ-ब-क
सुदर्शन सोसायटी,
२/२८, वृंदावन नगर,
भायखळा (पूर्व),
मुंबई - ४०००३२.
दिनांक : ३ ऑगस्ट २०१०

प्रति,
मा. संपादक,
लोकसत्ता, नरिमन पाइंट,
मुंबई – ४०००२०.

विषय : लिपिक पदासाठी अर्ज

माननीय महोदय,

मी सहयोग महाविद्यालयात प्रथम वर्ष कला शाखेत शिकत आहे. दिनांक २ ऑगस्ट २०१० च्या आपल्या वर्तमानपत्राच्या 'पाहिजेत' या जाहिरातीत नमूद केल्याप्रमाणे आपल्या कार्यालयासाठी लिपिकाच्या जागेसाठी मी हा अर्ज पाठवत आहे.

माझ्या महाविद्यालयाची वेळ सकाळी ६.४५ ते १०.०० आहे. त्यानंतरच्या वेळेचा चांगला उपयोग करून व कष्ट करून आपल्या शिक्षणाचा आर्थिक भार आपण उचलावा यासाठी मी प्रयत्न करतच होतो.

माझ्या घरची आर्थिक परिस्थिती हलाखीची असल्याने शिक्षणात खंड पडू न देता नोकरी करणे गरजेचे आहे. त्यामुळे आपण मला ही संधी द्यावी ही विनंती.

मी दहावी व बारावी परीक्षांमध्ये प्रथम श्रेणीचा वर्ग मिळवलेला आहे. तसेच संगणकाचे प्राथमिक शिक्षण (MSCIT) पूर्ण केलेले आहे. टंक लेखनाची 30 WPM ही परीक्षाही द्वितीय श्रेणीत मी उत्तीर्ण केलेली आहे. या पदासाठी माझी शैक्षणिक अर्हता योग्य वाटत असेल तर आपण मला मुलाखतीस बोलवाल अशी अपेक्षा बाळगतो.

तसदीबद्दल क्षमस्व.

कळावे,

आपला नम्र,
अ-ब-क

◆ ◆ ◆

निमंत्रणपत्र

- १ -

तुमच्या महाविद्यालयातील वार्षिक स्नेहसंमेलनाचे प्रमुख पाहुणे म्हणून येण्याविषयी कविवर्य प्रवीण दवणे यांना निमंत्रित करणारे पत्र लिहा.

अ. ब. क.
विद्यार्थी प्रतिनिधी,
पाटकर महाविद्यालय,
महात्मा गांधी रोड,
गोरेगाव (पश्चिम), मुं. ६२.
दि. : २० ऑगस्ट२००९.

प्रति,
सन्माननीय,
श्री. प्रवीण दवणे,
३२, 'तेजस बिल्डिंग', मेघवाडी,
जोगेश्वरी (पूर्व) मुंबई.

विषय : वार्षिक स्नेहसंमेलनाचे प्रमुख पाहुणे म्हणून येण्याबाबत

महोदय,

मी पाटकर महाविद्यालयातील विद्यार्थी प्रतिनिधी या नात्याने हे पत्र आपणास लिहित आहे. दरवर्षीप्रमाणे याही वर्षी आमच्या महाविद्यालयाचे वार्षिक स्नेहसंमेलन दि. २४-१२-२००९ रोजी संपन्न होत आहे. आपण जर या वार्षिक स्नेहसंमेलनाचे प्रमुख पाहुणे म्हणून लाभलात तर आम्हांला अतिशय आनंद होईल. या कार्यक्रमासाठी आपले मार्गदर्शन मिळावे, आपल्या काव्यवाचनाचा आनंद मिळावा अशी सर्व विद्यार्थ्यांची इच्छा आहे.

निमंत्रणाचा स्वीकार करून आपण याल याची खात्री आहे. आपल्या येण्याची वेळ कळविल्यास महाविद्यालयातर्फे आपली व्यवस्था करण्यास सोयीचे होईल.

कळावे. लोभ असावा ही विनंती.

आपला स्नेहाभिलाषी,
अ. ब. क.
(विद्यार्थी प्रतिनिधी)

◆ ◆ ◆

- २ -

अभिनव विद्यालय, रत्नागिरी, या प्रशालेने मराठीदिनानिमित्त आयोजित केलेल्या कविवर्य कुसुमाग्रजांच्या कवितावाचनाच्या कार्यक्रमाचे निमंत्रण देणारी निमंत्रणपत्रिका तयार करा.

॥ आत्मदीपोऽभव॥

सस्नेह निमंत्रण

अभिनव विद्यालय,
रत्नागिरी,
दि. १५ फेब्रुवारी २००८

विषय : मराठीदिनानिमित्त काव्यवाचन

श्री. / सौ. ....

सप्रेम नमस्कार,

आपणास कळविण्यास अत्यंत आनंद होतो की, आमच्या अभिनव विद्यालयातर्फे मराठीदिनानिमित्त कविवर्य कुसुमाग्रजांच्या कवितावाचनाचा कार्यक्रम आयोजित करण्यात आला आहे.

या कार्यक्रमात ज्येष्ठ कवी श्री. मंगेश पाडगावकर, श्री. सतीश काळसेकर, कवयित्री श्रीमती अरुणा ढेरे, श्रीमती आशा वाघ इ. प्रथितयश साहित्यिकांचा सहभाग आहे. या काव्यवाचनाचा रसास्वाद घेण्यासाठी आपण अवश्य उपस्थित राहावे. तात्यासाहेबांच्या काव्य श्रेष्ठत्वाबद्दल सुज्ञांसी सांगणे न लगे. असो.

धन्यवाद ! कळावे,

दि. २७ फेब्रुवारी २००८,
वेळ : सायंकाळी ५.०० वाजता
स्थळ : विद्यालयाचे पटांगण

आपले स्नेहांकित
अ. ब. क.
(मुख्याध्यापक / मुख्याध्यापिका)

(टीप - कृपया कार्यक्रमाला १० मिनिटे आधी उपस्थित राहावे.)

◆ ◆ ◆

आभारपत्र

- १ -

दैनंदिन जीवनात आयुर्वेदाचे महत्त्व या विषयावर उत्कृष्ट व्याख्यान दिल्याबद्दल आयुर्वेदाचार्यांचे आभार मानणारे पत्र लिहा.

अ. ब. क.
विद्यार्थी प्रतिनिधी,
ठाणेकर महाविद्यालय,
ठाणे (पूर्व) - ४००६०७.
दिनांक – ४ ऑगस्ट २०१०

प्रति,
आयुर्वेदाचार्य, श्री. बालाजी जोशी,
लोणावळा, पुणे.

विषय – विद्यार्थ्यांचे उद्‍बोधन केल्याबद्दल

माननीय महोदय,

मी ठाणेकर महाविद्यालयात तृतीय वर्ष विज्ञान शाखेत (जीवशास्त्र विभाग) शिकत आहे. या महाविद्यालयाचा विद्यार्थिप्रतिनिधी या नात्याने मी आपणांस हे पत्र लिहित आहे. आपल्या आरोग्याची काळजी घेताना दैनंदिन जीवनात आयुर्वेदाचा वापर कसा करावा याविषयी आपण जे व्याख्यान दिलेत, याबद्दल मी महाविद्यालयाच्या वतीने आभार मानतो.

सध्याच्या काळात ॲलोपथीच्या औषधांचा सगळीकडे बोलबाला आहे. पावसाळा वा अन्य ऋतू यांत होणारे आजार आणि त्यावर लगेचच आराम मिळण्यासाठी आपण ॲलोपथीच्या औषधांचा मारा करतो. पण त्याचे दुष्परिणाम आपण कसे भोगतो, याचे सुंदर विवेचन आपण आपल्या भाषणात केलेत. आयुर्वेदाप्रमाणे आपल्या दैनंदिन जीवनात खाण्यापिण्याच्या योग्य सवयी ठेवाव्या, व्यायाम, आहार, निद्रा यांची सांगड कशी घालावी. चौरस आहार म्हणजे काय याविषयांचे सखोल ज्ञान आपण दिल्यामुळे आयुर्वेदाकडे पाहण्याचा आमचा दृष्टिकोनच पूर्णपणे बदलून गेला.याबद्दल खरंच आपले आभार.

आपल्या व्यस्त अशा व्यापातून आपण आम्हांला योग्य माहिती देऊन आमच्या डोळ्यांत जणू अंजनच घातले, असे म्हणता येईल. आपल्या ज्ञानाचा लाभ विद्यार्थी नक्कीच करून घेतील व आरोग्यपूर्ण जीवन जगतील अशी आशा करूया. पुन्हा एकदा मन:पूर्वक आभार.

कळावे, लोभ असावा, ही विनंती,

आपला नम्र,
अ. ब. क
(विद्यार्थी प्रतिनिधी)

◆ ◆ ◆

- २ -

ठाणे महानगरपालिकेने नवीन बससेची सोय केल्याबद्दल त्यांचे आभार मानणारे पत्र लिहा.

अ-ब-क
२५, साईनाथ प्लाझा,
पवारनगर,
ठाणे (पश्चिम).
दिनांक : २३ मार्च २०१०

प्रति,
बससेवा आगारप्रमुख,
टी.एम.टी.मंडळ, ठाणे (पश्चिम)

विषय : नवीन बसेसची सोय केल्याबद्दल आभार

माननीय महोदय,

मी पवारनगर, साईनाथ प्लाझा येथील रहिवासी असून नोकरीनिमित्त मला सतत ठाण्यात बसने प्रवास करावा लागतो. आपण एप्रिल २०१० पासून ठाण्यातील काही भागांत नवीन बसेसची सोय केल्यामुळे हा प्रवास जरा सुखकर होऊ लागला आहे. त्याबद्दल आभार मानण्यासाठी हा पत्रप्रपंच.

पुर्वीच्या जुन्या बसेसमध्ये आसनांची कमतरता, हॅण्डल, पत्रा, खिडक्या या सगळ्यांचीच अवस्था अगदी वाईट होती. या बसमध्ये बसण्यासाठी मनही तयार होत नसे. परंतु नवीन बसेस पाहिल्यावर मन प्रसन्न झाले. काही वातानुकूलित बसेसही आपण सुरू केल्यामुळे प्रवाशांच्या सोयीचा आपण किती विचार केलेला आहे, याची कल्पना येते. आतापर्यंत टी.एम.टी. च्या बससेवेबद्दल आमचे मन अनेकदा नाराज असायचे; पण ही नाराजी आपण दूर केलीत त्याबद्दल धन्यवाद.

या पत्राद्वारे एक विनंती जरूर करावीशी वाटते. ती ही, की ज्याप्रमाणे एवढ्या छान बसेसची सोय आपण केलीत त्याप्रमाणेच ह्या बसेसच्या फेऱ्या वाढवाव्यात. म्हणजे प्रवाशांना फार वेळ स्थानकांवर बसेसची वाट पहावी लागणार नाही. पुन्हा एकवार आपले आभार.

कळावे,

आपला विश्वासू,
अ-ब-क

◆ ◆ ◆

पत्रासाठी आणखी काही विषय

१) महाविद्यालयाच्या पुस्तक पेढीसाठी कला, वाणिज्य, विज्ञान शाखेच्या पुस्तकांची मागणी करणारे पत्र एखाद्या बुक डेपो व्यवस्थापकास पाठवा.

२) तुमच्या परिसरात महानगरपालिकेच्या बसेसची सोय अद्याप झालेली नाही. त्याबद्दलची मागणीपत्र बस आगारप्रमुखांस लिहा.

३) बारावीसाठी मार्गदर्शन करणारा कार्यक्रम सुरू करण्याबद्दल दूरदर्शन अधिकाऱ्यास विनंती करणारे पत्र लिहा.

४) महाविद्यालयाभोवती होणाऱ्या गुंडांच्या त्रासाबद्दल पोलिस अधिकाऱ्यास पत्र लिहा.

५) सहलीला जाण्यासाठी बस उपलब्ध करून देण्याबाबत एस. टी. महामंडळाच्या अधिकाऱ्यांस पत्र लिहा.

६) कुष्ठरोग निर्मूलन-पुनर्वसन केंद्रास भेट देण्यासाठी संस्थेच्या व्यवस्थापकांस पत्र लिहा.

७) बांधवगड अभयारण्यास शैक्षणिक भेट देण्याची परवानगी मागणारे पत्र महाविद्यालयाच्या प्राचार्यांना लिहा.

८) राष्ट्रीय क्रीडास्पर्धांत सहभागी होण्यासाठी जाणाऱ्या विद्यार्थ्यांना रेल्वे प्रवास खर्चात सवलत मिळावी म्हणून संबंधित अधिकाऱ्यांस पत्र लिहा.

९) सुटीत अर्धवेळ काम करण्याबाबत नजीकच्या बँक व्यवस्थापकांस पत्र लिहा.

❏

विभाग ३ : सारांशलेखन व उताऱ्यावरील प्रश्न

थोडक्यात पण महत्त्वाचे

विद्यार्थी वर्गात तासाला (३५ मिनिटांच्या) घडलेली घटना संध्याकाळी घरी ५ मिनिटात कथन करतो. घडलेली घटना साररूपात कथन करण्याचे कसब प्रत्येकात असते. अशा प्रकारे साररूपात कथन करणे म्हणजेच 'सारांशलेखन' होय. आजच्या 'ई' मेलच्या जमान्यात या कौशल्याची गरज आहे. म्हणूनच इयत्ता नववी व दहावीच्या अभ्यासक्रमात या लेखनाचा अंतर्भाव करण्यात आला आहे.

सारांश लेखन करण्यापूर्वी -

१) प्रथम शब्दसंख्या मोजावी. त्या शब्दसंख्येच्या एक तृतीयांश शब्दांत सारांश लिहावा.

२) परिच्छेदातील महत्त्वाच्या वाक्यांना खूण करावी.

३) त्या वाक्यांचे सार (स्वत:च्या शब्दात) लिहावे.

४) परिच्छेदात दिलेल्या उदाहरणांचा सारांशात वापर करू नये.

५) स्वत:चे शब्द वापरताना परिच्छेदातील मूळ अर्थ लक्षात घ्यावा. स्वत:च्या निष्कर्षाची भर घालू नये.

६) उताऱ्यास शीर्षक द्यावे.

गद्य आकलन करताना हे लक्षात ठेवा

उतारावाचन कताना त्याचे आकलन करून दिलेल्या प्रश्नांची उत्तरे लिहिणे म्हणजे 'गद्य आकलन' होय.

१) प्रश्नांची उत्तरे उताऱ्यानुसार असावीत.

२) नेमक्या प्रश्नाचे उत्तर उताऱ्यानुसार 'नेमके'च लिहावे.

३) प्रश्नांची उत्तरे स्वत:च्या शब्दांत लिहावीत.

४) उताऱ्याला शीर्षक द्यावे.

(पद्य आकलनविभागाचा समावेश सारांशलेखनास विकल्प म्हणून देण्यात आला आहे. परंतु अद्यापि त्यावर बोर्डाच्या परीक्षेत प्रश्न विचारलेला नाही.)

◆ ◆ ◆

- १ -

ज्ञानासारखे पवित्र या जगामध्ये खरोखरच दुसरे काही नाही. श्रद्धाळू माणसाला ज्ञान प्राप्त होते. माणसाने स्वत:चा उद्धार स्वत:च करावा. त्याने स्वत:ला कधीही अधोगतीला जाऊ देऊ नये. प्रत्येक जण स्वत: स्वत:चाच मित्र आहे; तसा शत्रूही आहे. कल्याणकारक कार्य करणारा मनुष्य कधीही दुर्गतीला जात नाही. परमेश्वराचा भक्त कधीही नाश पावत नाही. ज्याला निंदा आणि स्तुती सारखीच वाटते, जो मितभाषी आहे व जे काही मिळेल त्यात समाधानी राहतो, असा पुरुष परमेश्वराला प्रिय आहे. आपल्या वाटणीला आलेले काम जो मन लावून करतो त्याला सिद्धी प्राप्त होते. परमेश्वराला सत्कर्मरूपी फुलांची माळ आवडते. ती त्याला घालावी. आपल्या वाटणीला आलेले कर्म प्रामाणिकपणे करणे म्हणजे परमेश्वराची पूजा करणे होय. परमेश्वर सर्व प्राणिमात्रांच्या हृदयात राहातो. त्याला संपूर्णपणे शरण गेल्याने तो सर्व पातकांपासून आपली मुक्तता करतो.

'परमेश्वरप्राप्ती - सद्‌वर्तनाचे फळ'

या जगात ज्ञान पवित्र आहे. माणसाने स्वत:च्या उद्धारासाठी स्वत: प्रयत्न करावेत. कल्याणकारी मनुष्य सद्‌गतीला जातो. तटस्थ, मितभाषी, संतुष्ट पुरुष परमेश्वराला प्रिय असतो. मनापासून प्रामाणिकपणे सत्कर्म करणे म्हणजे परमेश्वराचे पूजन करणे होय. परमेश्वर चराचरात, हृदयात आहे. नम्रतेने स्मरण केल्यास पापे धुवून निघतात.

गद्य आकलनासाठी प्रश्न व आदर्श उत्तरे

१) दुर्गतीला कोण जात नाही ?

उत्तर : कल्याणकारी कार्य करणारा दुर्गतीला जात नाही.

२) परमेश्वराला कोण प्रिय आहे ?

उत्तर : ज्याला निंदा-स्तुती समान आहेत, जो मितभाषी आहे, जो मिळेल त्यात समाधानी राहातो तो परमेश्वराला प्रिय आहे.

३) परमेश्वराला काय आवडते ?

उत्तर : परमेश्वराला सत्कर्मरूपी फुलांची माळ आवडते.

४) वरील उताऱ्यास योग्य ते शीर्षक द्या.

उत्तर : 'परमेश्वरप्राप्ती - सद्‌वर्तनाचे फळ'

◆ ◆ ◆

- २ -

सरावासाठी नमुना उतारा

पूर्वीच्या काळी युरोपात ग्रीसचा उदय झाला. गेल्या शतकाच्या अखेरीस पूर्वेकडे जपानचा उदय झाला. त्यावेळी ग्रीस किंवा जपान यांच्या भोवतालच्या देशातील परिस्थिती त्यांच्यापेक्षा निराळी होती, असे नाही. भौतिक परिस्थिती जवळजवळ तीच होती. तरी ग्रीस व जपानी मानवाने आपल्या अंतरातील त्याग, विवेक, कष्ट करण्याची व यातना सोसण्याची सिद्धता, उच्च आकांक्षासाठी वाटेल ती किंमत देण्याची मनाची तयारी इत्यादी अनेक प्रकारचे धन दोन्ही हातांनी उपसून बाहेर काढले व आपला उत्कर्ष करून घेतला. याचा अर्थ असा, राष्ट्राच्या उन्नतीसाठी निर्णायक ठरणारे धन म्हणजे 'मानवधन' होय. विवेक, त्याग, धैर्य, प्रज्ञा, निष्ठा या मानवी सद्गुणांचे संवर्धन करा. नवे राष्ट्र घडवायचे तर नवी मानवमूर्ती प्रथम घडली पाहिजे.

- पु. ग. सहस्रबुद्धे

प्रश्न -

१) ग्रीस व जपान यांनी कोणत्या गुणांच्या मदतीने आपला उत्कर्ष करून घेतला ?
२) राष्ट्राच्या उन्नतीसाठी निर्णायक ठरणारे धन कोणते ?
३) कोणत्या गुणांचे संवर्धन केले पाहिजे ?
४) या उताऱ्यास योग्य शीर्षक द्या.

किंवा

वरील उताऱ्याचे एक तृतीयांश शब्दांत सारांश लेखन करा.

◆ ◆ ◆

उतारा १ – आदर्श उत्तरांसहित

खाली उताऱ्याचे वाचन करून त्याखालील प्रश्नांची उत्तरे लिहा.

किंवा

उताऱ्याचा १/३ सारांश करा.

माणसे पैशांचा जमाखर्च ठेवतात. खर्चाचे अंदाजपत्रक तयार करतात मात्र वेळेच्या बाबतीत हा विवेक दाखवत नाहीत. दिवसाचे तास असतात चोवीस त्यातले झोप आणि विश्रांतीसाठी फार तर दहा तास लागतात. विरंगुळा म्हणून आणखी एखादा तास इकडे-तिकडे होईल, तरी उरतात तेरा तास. त्यातून कॉलेजचे सात तास वजा केले आणि कॉलेजमध्ये येणे-जाणे विचारात घेऊन आणखी एखादा तास बाजूला केला तरी पाच तास हाताशी राहतात. त्या काळात थोडा व्यायाम, नियमित वाचन आणि गृहपाठ या गोष्टी बसू शकणार नाहीत का ? लेखन, वाचन, चिंतन या मनोबल वाढवणाऱ्या गोष्टी सावकाशीने आणि सातत्याने करावयाच्या असतात. महात्मा गांधी, पंडित नेहरू, महर्षी कर्वे यांनी वेळ मिळत नाही अशी तक्रार कधीच केली नाही. उमेदवारीच्या काळात नोकरी करणारा आइनस्टाइन मधल्या सुट्टीत अवघड गणिते सोडवत असे. प्रत्येक क्षेत्रात वेळेला महत्त्व आहे. आळस आणि अनाठायी ओढाताण ही दोन टोके टाळून जे अखंड कार्यरत राहतील, त्यांच्या जीवनवृक्षाला कल्याणाची पालवी सतत फुटत राहील.

- प्राचार्य शिवाजीराव भोसले

प्र. १. माणसे कशाच्या बाबतीत विवेक दाखवत नाहीत?   १

उत्तर : माणसे पैशांचा जमाखर्च ठेवू शकतात, खर्चाचे अंदाजपत्रक तयार करू शकतात मात्र वेळेच्या विनियोग करण्याच्या बाबतीत विवेक दाखवत नाहीत.

प्र. २. लेखकाने तासांचे नियोजन कसे केले आहे ?   १

उत्तर : दिवसाच्या २४ तासांपैकी दहा तास झोप व विश्रांतीसाठी लागतात, एखादा तास विरंगुळ्यासाठी, आठ तास कॉलेजला जाणे येणे यासाठी जरी असले तरी उरलेल्या पाच तासात वाचन, गृहपाठ, व्यायाम या गोष्टी आपण करू शकतो.

प्र. ३. प्रत्येक क्षेत्रात वेळेला महत्त्व आहे. असे लेखकाने का म्हटले आहे ? १

उत्तर : प्रत्येक क्षेत्रात वेगवेगळी कामे करताना वेळेनुसार कामाचे नियोजन केले नाही तर त्या कामात यश लाभणार नाही. पदरी निराशा येईल म्हणून प्रत्येक क्षेत्रात वेळेला महत्त्व आहे असे लेखकाने म्हटले आहे.

वरील उताऱ्याचा १/३ सारांश

मूळ शब्दसंख्या - १२०
सारांशमधील शब्दसंख्या - ४०

वेळेचे नियोजन

माणसे पैपैशाचा जमाखर्च ठेवतात, पण वेळेचे नियोजन करत नाहीत. दिवसातील २४ तासांचे तासांगणिक नियोजन करताना त्यात नियमित वाचन, व्यायाम व गृहपाठाला वेळ दिलाच पाहिजे. राजकारण व संशोधन अशा प्रत्येक क्षेत्रात वेळेला महत्त्व आहे. आळस झटकून कार्य करणारा सतत यशस्वी होत राहिल.

◆ ◆ ◆

उतारा २ – आदर्श उत्तरांसहित

खाली उताऱ्याचे वाचन करून त्याखालील प्रश्नांची उत्तरे लिहा.

किंवा

उताऱ्याचा १/३ सारांश करा.

प्रेम करा, प्रेम करा म्हणून एकसारखा, जगात उपदेश चाललेला असतो, प्रेम केल्याने आपला आनंद वाढतो, आपण सुखी होतो हेही काही खोटे नाही. पण प्रेम करायचे म्हणजे वाटते तितके सोपे नाही. आपल्याला जो आवडतो त्याच्यावरच आपण प्रेम करावे आणि जो आवडत नाही त्याच्यावरही प्रेम करावे. आपली आवड निवड बहुतेक वेळा आपल्याच स्वार्थावर अवलंबून असते. आपले ऐकेल तो आपला आवडता, आपले ऐकणार नाही तो आपला नावडता असा आहे माणसाचा स्वभाव. म्हणून प्रेम करा असे सांगितल्याने प्रेम करणे साधत नाही. आपल्या स्वार्थाच्या दृष्टीनेच दुसऱ्याकडे पाहण्याची ही सवय कमी झाली पाहिजे. त्याला एक उपाय आहे. स्वार्थाऐवजी गुणांवर दृष्टी ठेवण्याचे मनाला वळण लावावे, आपल्या संगतीत जो कोणी येईल, त्याचे गुण पहावयास शिकावे. प्रत्येक व्यक्तीत काहीतरी गुण असतातच. जो गुण दिसेल त्याचे कौतुक करावे म्हणजे आपले प्रेम वाढत जाते. दुसऱ्याबद्दलचा आदरभाव वाढविल्याशिवाय आपल्या मनात प्रेमभाव उत्पन्न होण्यासारखा नाही. प्रेमभावनेसाठी आदरभावना निर्माण झाली पाहिजे, गुणांच्या चिंतनाशिवाय आदरभावना निर्माण होऊ शकणार नाही.

प्र. १. प्रेम केल्याने कोणत्या गोष्टी आपल्याला अनुभवायला मिळतात ?   १

उत्तर : प्रेम केल्याने आपला जगण्यातील आनंद वाढतो, आपण सुखी होतो.

प्र. २. प्रेम साधण्यात कोणत्या गोष्टीची अडचण येते ?   १

उत्तर : जो आपले ऐकेल आपल्या मनासारखे वागेल अशा स्वार्थी बुद्धीने जर आपण प्रेम केले तर प्रेम साधण्यात अडचण येते.

प्र. ३. प्रेम साधण्यासाठी आपल्यात कोणते बदल केले पाहिजेत ?   १

उत्तर : प्रेम साधण्यासाठी आपण आपली स्वार्थी दृष्टी बाजूला सारून प्रत्येक व्यक्तीचे चांगले गुण शोधण्याची दृष्टी ठेवली पाहिजे, त्याच्या गुणांचे कौतुक करून त्या व्यक्तीबद्दल आदरभाव वाढवला पाहिजे. मग आपोआपच आपल्या मनात प्रेमभाव उत्पन्न होईल.

वरील उताऱ्याचा १/३ सारांश

मूळ उताऱ्यातील अंदाजित शब्दसंख्या - १४०
सारांशमधील शब्दसंख्या - ४४

प्रेमे जग जिंकावे

प्रेम करा असा केवळ संदेश देऊन उपयोगाचे नाही. प्रेम केल्याने आपल्या जगण्यातील आनंद वाढतो, आपण सुखी होतो. आपले ऐकणाऱ्या व्यक्तीवर प्रेम करणे म्हणजे स्वार्थीबुद्धीने केलेले प्रेम. स्वार्थाच्या दृष्टीने दुसऱ्यांकडे पाहण्याची सवय बदलली पाहिजे, लोकांच्या गुणांचा आदर करून त्यांचे कौतुक केले असता लोकसुद्धा आपल्याकडे प्रेमाने पाहतील. जगाला प्रेमाने जिंकता येईल.

❑

विभाग ४ : कार्यक्रमपत्रिका व वृत्तांतलेखन

कार्यक्रमपत्रिका तयार करताना : थोडक्यात पण महत्त्वाचे

गुणदान :	३ गुण
कार्यक्रमाचे शीर्षक ठिकाण दिनांक वेळ	१ गुण
कार्यक्रमाचे घटनाक्रमाने लेखन	२ गुण

कार्यक्रमपत्रिका तयार करताना हे लक्षात ठेवा

कार्यक्रमाची सुसूत्र गुंफण म्हणजे 'कार्यक्रमपत्रिका'. कार्यक्रमाचे यश हे कार्यक्रमाच्या मांडणीवर अवलंबून असते.

कुटुंबातील सर्वजण एखादा चित्रपट पाहायला जातात. कोणता चित्रपट पाहायचा ? त्यासाठी किती वाजता निघायचे ? कसे जायचे ? या गोष्टींचे घरगुती स्वरूपात नियोजन केले जाते. त्यामुळेच कार्यक्रम व्यवस्थित पार पडतो.

त्याप्रमाणेच सार्वजनिक कार्यक्रमाची आखणी केली जाते. कार्यक्रमाची सुरुवात कशी होईल, पाहुणे कोण असतील, सांगता कशी होईल या गोष्टी ठरविल्या जातात. या गोष्टींचा क्रमवार आराखडा म्हणजेच 'कार्यक्रमपत्रिका' यानुसार कार्यक्रम पार पाडताना विद्यार्थ्यांना अशा कार्यक्रमाची क्रमवारिता लावता येणे, हा या कार्यक्रमपत्रिका लेखनामागील स्पष्ट हेतू आहे.

प्रत्येक कार्यक्रमाची सुरुवात ही त्या कार्यक्रमाच्या स्वरूपावर अवलंबून असते. सत्यनारायणाच्या पूजेची कार्यक्रमपत्रिका व शाळेतील वार्षिक क्रीडा स्पर्धा बक्षीस समारंभाची कार्यक्रमपत्रिका म्हणूनच भिन्न असते. याची नोंद विद्यार्थ्यांनी घेणे आवश्यक आहे. सार्वजनिक शालेय कार्यक्रमपत्रिकेत स्थळ, वेळ, दिनांक याची नोंद आवश्यक असते.

या विभागात पाच वेगवेगळ्या प्रकारच्या कार्यक्रमपत्रिका दिल्या आहेत. विद्यार्थ्यांनी काळजीपूर्वक निरीक्षण करावे. फरकाची नोंद घ्यावी. यश तुमच्याच हाती आहे.

निमंत्रणपत्रिका / कार्यक्रमपत्रिका / वृतान्त सर्वांसाठी विषय गट.

- व्याख्यानमाला, व्याख्यान, कविसंमेलन, प्रदर्शन, प्रकाशन
- पारितोषिक वितरण, स्पर्धा, क्रीडास्पर्धा
- सत्कार, माजी विद्यार्थी मेळावा, शिक्षकांचा सत्कार मेळावा. निरोपसमारंभ, विद्यार्थ्यांचा सत्कार
- युवा महोत्सव, शारदोत्सव, गणेशोत्सव

  उद्घाटन - समाज सेवा शिबिर, रक्तदानशिबिर पर्यावरण, दिंडी, शैक्षणिक साहित्याचे वाटप, प्रदर्शन.

◆ ◆ ◆

- १ -

तुमच्या महाविद्यालयातर्फे कार्यालयातील कर्मचाऱ्यांच्या १० वी, १२ वीमध्ये उत्तीर्ण झालेल्या विद्यार्थ्यांच्या सत्कारसमारंभाची कार्यक्रमपत्रिका तयार करा.

|| चिकित्सक समूह संस्था संचालित ||

बांदेकर महाविद्यालय,

दादर, पश्चिम मुंबई - ४०० ०१२

|| गुणवंत विद्यार्थ्यांचा सत्कारसमारंभ ||

दिनांक १०.०७.२०१०

|| कार्यक्रमपत्रिका ||

- प्रमुख पाहुण्यांचे, माननीय अध्यक्षांचे आगमन
- दीपप्रज्वलन व प्रतिमांना पुष्पहार
- स्वागतगीत
- मान्यवरांचे कर्मचारी संघप्रमुखांतर्फे पुष्पगुच्छ देऊन स्वागत
- प्रास्तविक श्री. .....
- मान्यवरांचा परिचय श्री. .....
- माननीय अतिथींचे मार्गदर्शनपर भाषण
- माननीय अध्यक्षांचा मौलिक संदेश
- माननीय अतिथींच्या हस्ते, गुणवंत विद्यार्थ्यांचा सत्कार
- पसायदान
- आभारप्रदर्शन

◆ ◆ ◆

- २ -

शिवजयंतीनिमित्त विद्यार्थ्यांसाठी किल्ले बांधण्याची स्पर्धा आयोजित करण्यात आली होती त्याच्या बक्षीस सभारंभाची कार्यक्रमपत्रिका तयार करा.

॥ रामनारायण वझे पाटील महाविद्यालय ॥

पेण, रायगड.

॥ किल्ले बांधण्याच्या स्पर्धेचा बक्षीस समारंभ ॥

दिनांक : १६-०४-२०११

॥ कार्यक्रमपत्रिका ॥

- प्रमुख पाहुण्यांचे, माननीय अध्यक्षांचे आगमन
- दीपप्रज्वलन व प्रतिमांना पुष्पहार
- मान्यवरांचे पुष्पगुच्छ देऊन स्वागत
- प्रास्ताविक श्री. ....
- मान्यवरांचा परिचय श्री. ......
- माननीय अतिथींचे व्याख्यान
- माननीय अतिथींच्या हस्ते विजेत्या शाळांमधील विद्यार्थ्यांना पारितोषिकांचे वितरण
- विद्यार्थ्यांशी गप्पा
- माननीय अध्यक्षांचे भाषण व यशस्वी विद्यार्थ्यांचे मनोगत
- आभारप्रदर्शन
- पसायदान

◆ ◆ ◆

- ३ -

संतोष प्रकाशनातर्फे, श्री. भारत सासणे यांच्या कादंबरीचे प्रकाशन आयोजित करण्यात आले आहे. या प्रकाशनसोहळ्याच्या समारंभाची कार्यक्रमपत्रिका तयार करा.

॥ संतोष प्रकाशन ॥

मखमली तलाव, औरंगाबाद

॥ प्रकाशन सोहळा समारंभ ॥

दिनांक : २७-११-२०१०

॥ कार्यक्रमपत्रिका ॥

- प्रमुख पाहुण्यांचे, माननीय अध्यक्षांचे, मान्यवर लेखकांचे आगमन
- दीपप्रज्वलन
- मान्यवरांचे पुष्पगुच्छ देऊन स्वागत
- प्रास्ताविक (संतोष प्रकाशन) श्री. प्रदीप कोठावळे
- मान्यवरांचा परिचय श्री. .....
- मान्यवरांच्या हस्ते नवकादंबरीचे प्रकाशन
- माननीय अतिथींची साहित्याविषयी व लेखकाविषयी मते
- माननीय अध्यक्षांचे मौलिक विचार
- लेखकाचे अनुभव
- लेखकाशी गप्पा
- आभारप्रदर्शन
- पसायदान

◆ ◆ ◆

- ४ -

तुमच्या विभागात आदिवासी लोकांच्या कलाकृतींचे प्रदर्शन भरवण्यात आलेले आहे त्या प्रदर्शनाच्या उद्‌घाटनाची कार्यक्रमपत्रिका तयार करा.

॥ सरस्वती कला महाविद्यालय ॥

मनोरमा नगर, बीड

॥ आदिवासी लोकांच्या कलाकृतींचे प्रदर्शन व उद्‌घाटन ॥

दिनांक : १५-२-२०१०

॥ कार्यक्रमपत्रिका ॥

○ प्रमुख पाहुण्यांचे माननीय अध्यक्षांचे आगमन

○ दीपप्रज्वलन व प्रतिमापूजन

○ मान्यवरांचे पुष्पगुच्छ देऊन स्वागत

○ मान्यवरांचे हस्ते उद्‌घाटन

○ प्रास्तविक श्री. ......

○ मान्यवरांचा परिचय श्री.

○ माननीय अतिथींचे व्याख्यान

○ माननीय अध्यक्षांचे मौलिक विचार

○ आभारप्रदर्शन

○ पसायदान

◆ ◆ ◆

- ५ -

पर्यावरणदिनानिमित्त तुमच्या विभागातील गणेशोत्सव मंडळातर्फे रस्त्याच्या दुतर्फा वृक्ष लागवडीची मोहीम हाती घेतली आहे. या मोहिमेच्या उद्‍घाटनाची कार्यक्रमपत्रिका तयार करा.

॥ ॐकार गणेशोत्सव मंडळ ॥

लालबाग, मुंबई - ४०० ०३२

॥ वृक्ष लागवड मोहिमेचे उद्‍घाटन ॥

दिनांक २६-५-२०११

॥ कार्यक्रमपत्रिका ॥

- प्रमुख पाहुण्यांचे, माननीय अध्यक्षांचे आणि मान्यवरांचे आगमन
- मान्यवरांचे तुळशीची रोपे देऊन स्वागत
- प्रास्ताविक श्री. ..... ॐकार गणेशोत्सव मंडळाचे अध्यक्ष.
- मान्यवरांचा परिचय श्री. .....
- माननीय अतिथींचे भाषण
- पाहुण्यांच्या हस्ते वृक्षारोपण
- अध्यक्षांच्या हस्ते वृक्षारोपण
- अध्यक्षांचे मनोगत
- आभारप्रदर्शन
- पसायदान
- अल्पोपहार

◆ ◆ ◆

वृत्तांतलेखन करताना : थोडक्यात पण महत्त्वाचे

गुणदान :

स्थळ, काळ, वेळ, बिनचूक उल्लेख	१
बिनचूक घटनाक्रम	१
परिच्छेद व सुयोग्य भाषा वापरणे	१

वृत्तांतलेखन करताना हे लक्षात ठेवा

समाजात विविध घटना घडत असतात. बक्षीस समारंभ, कौतुक सोहळा, समारंभ साजरे होत असतात. थोर व्यक्तींचे दौरे, भेटी, सभा, भाषणे असे कार्यक्रम चालू असतात. काही वेळा पूर, दुष्काळ, अपघात, यश, क्रीडाक्षेत्रातील घडामोडी यांची नोंद घ्यावी लागते.

अशा घटनांची नोंद करून ती घटना परिणामकारक पद्धतीने दुसऱ्या व्यक्तींपर्यंत लिखित स्वरूपात पोहोचवण्याचे काम 'वृत्तांत' करतात.

वृत्तांतलेखन करताना स्वत:ची मते मांडू नयेत. घटनेत मनाच्या गोष्टी घुसडू नयेत. खालील सूचना लक्षात ठेवा.

१) घटनेचे वर्णन थोडक्यात करावे. पण वृत्तांतात घटना कोठे घडली, कधी घडली, कोणासंबंधात घडली, कोणत्या क्रमाने घडली ते लिहावे.

२) वृत्तांतलेखनात 'मी' हा शब्द येता काम नये.

३) भाषा साधी व सोपी असावी.

४) अलंकारिक वाक्ये त्यात नकोत.

५) माहिती अचूक व परिपूर्ण असावी. अर्धवट माहितीवरून वृत्तांत असू नये.

६) वृत्तांतलेखन करताना त्यात कोणाची बदनामी केली जाणार नाही, याची दक्षता घ्यावी.

७) वृत्तांतात सामान्यत: तीन परिच्छेद असावेत. पहिल्या परिच्छेदात घटनेतील महत्त्वाची गोष्ट ३-४ वाक्यात सांगावी. दुसऱ्या परिच्छेदात वर्णन किंवा घटनेचे स्पष्टीकरण करावे. ४-५ वाक्ये तिसऱ्या परिच्छेदात घटनेचा परिणाम, पडसाद व महत्त्व २-३ ओळीत लिहावे.

८) वृत्तांतलेखनात शाळा / मंडळ / व्यक्ती / संस्था यांची काल्पनिक नावे घालावीत. मात्र, प्रश्नात संस्थेचे / व्यक्तीचे नाव दिलेले असल्यास तेच नाव लिहावे.

९) वृत्तांताला समर्पक व आकर्षक लक्ष वेधून बातमीची उत्सुकता निर्माण करणारा मथळा (शीर्षक) द्यावा.

१०) वृत्तांत नेहमी चौकटीत लिहावा.

◆ ◆ ◆

- १ -

गुणवंत विद्यार्थ्यांचा सत्कार समारंभ

'यशवंत व्हा गुणवंत व्हा,

चिकित्सक समूह संस्था संचलित बांदेकर महाविद्यालय या दादर येथील कनिष्ठ महाविद्यालयातर्फे कर्मचाऱ्यांच्या गुणवंत विद्यार्थ्यांचा सत्कारसमारंभ गुरुवार दिनांक १० जुलै २०१० रोजी संपन्न झाला. यंदाच्या १२ वी परीक्षेत बोर्डातून ९० टक्क्यांपेक्षा अधिक गुण मिळविणाऱ्या विद्यार्थ्यांचा सत्कार त्यांच्याच शिक्षकांच्या हस्ते संपन्न झाला. आय. टी. क्षेत्रातील तज्ज्ञ श्री. अच्युत गोडबोले या सत्कार समारंभाच्या अध्यक्षस्थानी होते.

'गुणवंत विद्यार्थी' खऱ्या अर्थाने मोकळ्या आकाशाखाली येतो, तेव्हा तो थांबतो किंवा वळतो कारण तिथे त्याची शिक्षक मंडळी नसतात त्याला मार्गदर्शन करायला. तेव्हाच खऱ्या अर्थानी त्याच्यावर झालेल्या संस्काराची कसोटी लागते असे मा. अध्यक्षांनी आपल्या भाषणात सांगितले.

प्राचार्या श्रीमती रजनी आरेकर यांनी गुणवंत विद्यार्थ्यांचे स्वागत करताना त्यांच्यातील सकारात्मक वृत्ती नेहमीच कशी जागृत ठेवावी यावर भाष्य केले. संस्थेचे नाव देणगीदारांमुळे नव्हे तर अभ्यासू विद्यार्थ्यांमुळे होते असे म्हटले.

सभागृहात उपस्थित असलेल्या अन्य विद्यार्थ्यांना या सत्कारसमारंभामुळे मार्गदर्शन झाले व प्रोत्साहन मिळाले.

प्रतिनिधी
(दै. संवर्धन)

◆ ◆ ◆

- २ -

किल्ले बांधण्याच्या स्पर्धेचा पारितोषिक समारंभ

तोच गडकरी 'जाहला'

रायगड १७ एप्रिल : रायगड येथील रामनारायण वझेपाटील कनिष्ठ महाविद्यालयाने यंदाचा शिवजयंती 'किल्ले बांधण्या'च्या स्पर्धा ठेवून साजरी केली. महाविद्यालयात इतिहासविभागाने या कामी पुढाकार घेतला होता.

१६ एप्रिल रोजी विजेत्या स्पर्धकांना शिवाजी सभागृहात अतिथी श्रेष्ठ शिवअभ्यासक बाबासाहेब पुरंदरे यांच्या हस्ते गौरविण्यात आले. कार्यक्रमाच्या अध्यक्षस्थानी वझे पाटील महाविद्यालयाचे व्यवस्थापक प्रा. श्री. ललित जोशी होते. विद्यार्थ्यांना मार्गदर्शन करताना पुरंदऱ्यांनी आयोजकांची प्रशंसा केली, "अधिकाधिक महाविद्यालयांनी आपल्या इतिहासाकडे अभिमानाने पाहायला पाहिजे, त्याची प्रतिष्ठा व परंपरा जपायला पाहिजे असे आवाहन त्यांनी केले."

विजेत्या स्पर्धकांनी आपला अनुभव प्रकट करताना ही रोमांचकारी स्पर्धा होती असे म्हटले. किल्यांचा अभ्यास करून स्पर्धेसाठी निवड करताना शिवरायांची अफाट आणि अचाट बुद्धिमत्ता स्तिमित करून गेली असे उद्गार प्रथम क्रमांकाची ढाल-तलवार पटकावणाऱ्या आशुतोष राणा याने काढले. प्राचार्यांनी इतिहास विभागाचे आभार मानताना इतिहासाला वर्तमानात महत्त्व प्राप्त करून दिले असे म्हटले. अधिकाधिक विद्यार्थ्यांनी अश्या स्पर्धांचे आव्हान पेलावे असे सुचविले.

श्रीयुत बाबासाहेब पुरंदरे यांच्या सोबत 'किल्ले रक्षणाची' प्रतिज्ञा सर्व विद्यार्थ्यांनी घेतली. तुताऱ्या आणि बिगुलाच्या निनादाने पारितोषिकवितरण समारंभ स्थान महाविद्यालय परिसर दुमदुमला.

◆ ◆ ◆

- ३ -

कादंबरी प्रकाशनाच्या कार्यक्रमाचे वृत्तांत लेखन.

औरंगाबाद २७ नोव्हेंबर :

"आमचं आभाळ आम्हाला द्या.
द्या आम्हाला धरती
आमचा समुद्र आम्हाला द्या
जसा तो पूर्वी होता आमचाच.... "

२६ नोव्हेंबरचा मुंबईवरील बॉम्ब हल्ला संपूर्ण मनुष्यजातीला काळिमा लावणारा दिवस. तरीही विज्ञानाचे तास दिशाहीन करणाऱ्या माणसांना जलचर प्राण्यांनी दिलेली वेदनेची आर्त हाक.... मारणाऱ्या भारत सासणे यांच्या 'गोदीचा समुद्र' या कादंबरीचा प्रकाशनसोहळा मखमली तलाव येथील मनोकामना सभागृहात सुप्रसिद्ध लेखक श्री. श्याम मनोहर यांच्या हस्ते २७ नोव्हेंबर २०१० रोजी पार पडला. मूळ जपानी पुस्तकाचे हे भाषांतर भारत सासणे यांनी केले असून औरंगाबादच्या संतोष प्रकाशनाने ही अनुवादित कादंबरी प्रकाशित केली आहे.

२६ नोव्हेंबर हा मुंबईसाठी काळाकुट्ट दिवस ठरला होता. जमिनीवर कुणीच सुरक्षित नाही ही भावना सर्वांच्या मनात खोलवर रुजलेली असतानाच 'गोदीचा समुद्र' या कादंबरीचे प्रकाशन या दिवसासाठी खूपच महत्त्वपूर्ण ठरले, असे प्रकाशक श्री प्रदीप कोठावळे यांनी सांगितले. जपान हा अद्ययावत देश म्हणून ओळखला जातो. तसाच तो ज्वालामुखी, भूकंप, आणि हिरोशिमा, नागासाकी यांच्या ठळक खुणांनीही ओळखला जातो. बौद्ध धर्म स्वीकारलेल्या देशातही मनुष्य स्वकेंद्री झाल्याच्या खुणा पदोपदी आढळतात आणि जलचर प्राणी सुद्धा आपले अस्तित्व टिकवण्यासाठी कसा जीवघेणा संघर्ष करतात ते सांगणारे हे पुस्तक आहे. नव्या पिढीला निरामय घराची, आयुष्याची वाट दाखवणारी ही कादंबरी आहे, असे उद्गार श्री श्याम मनोहर यांनी काढले.

स्वत: श्री. भारत सासणे यांनी सांगितलेली पुस्तक निर्मितीच्या कथेमागची कथा ऐकून सर्व श्रोते जणू सुन्न झाले. कार्यक्रमानंतर लेखक व मान्यवरांशी रसिक श्रोत्यांनी गप्पागोष्टी केल्या. पसायदानाने कार्यक्रमाची सांगता करताना सर्वांनी पुन्हा एकदा विश्वशांतीसाठी प्रार्थना केली व कायक्रमाची सांगता झाली.

♦ ♦ ♦

- ४ -

आदिवासींच्या कलाकृतीचे प्रदर्शन.

बीड जिल्ह्यातील सरस्वती कला महाविद्यालयातील विद्यार्थ्यांनी मागील नाताळच्या सुट्टीत प्रत्यक्ष आदिवासी पाड्यावर जाऊन त्यांचे राहणीमान पाहिले होते. किमान गरजा असा वस्तुपाठ असणाऱ्या आदिवासींच्या बहुसंख्य गरजा त्यांनीच बनवलेल्या वस्तूंमधून पूर्ण होतात. या सगळ्या वस्तू हाताने बनवलेल्या असतात. त्या नाशवंत असतात. म्हणून पर्यावरणाला मदत करणाऱ्या ठरतात. कलाकृती सर्वसामान्यांना बघता याव्यात, वापरता याव्यात या उद्देशाने या कलाकृतींचे प्रदर्शन दि. १५ फेब्रुवारी ते २२ फेब्रुवारी या कालावधीत महाविद्यालयाच्या प्रांगणात भरवण्यात आले होते. स्थानिक वृत्तपत्राने केलेल्या जबरदस्त जाहिरातींमुळे प्रदर्शनाला रसिकांची रीघ लागली होती.

'शब्दावीण संवादे' ची प्रचिती त्यांच्या कलाकृतीतून, रंगसंगतीतून लोकांपर्यंत पोहोचत होती. या प्रदर्शनाचे उद्‌घाटन प्रसिद्ध रांगोळीकार श्री. कमलाकार गोंजी यांच्या हस्ते झाले. आदिवासींचा गौरव करताना गोंजी सर म्हणाले. ''आदिवासी हाच खरा या निसर्गाचा वारस आहे. त्याच्याइतका निसर्ग आपल्याला कळतच नाही. फिरून एकदा निसर्गाकडे आपल्याला जायलाच पाहिजे.''

अनोखा उपक्रम राबवणाऱ्या विद्यार्थ्यांचे प्राचार्यांकडून कौतुक झाले.

❑

विभाग ५ : निबंधलेखन

निबंधासाठी गुणदान पद्धती

१.	आकर्षक प्रारंभ (प्रस्तावना)	१ गुण
२.	तर्कसुसंगत व मुद्देसूद आशय	३ गुण
३.	भाषाशैली (निबंध प्रकारानुसार)	३ गुण
४.	शुद्धलेखन / विरामचिन्हे यांचा बिनचूक उपयोग	१ गुण
५.	अक्षरसौंदर्य	१ गुण
६.	उपसंहार	१ गुण
	एकूण	**१० गुण**

थोडक्यात पण महत्त्वाचे

'निबंधलेखन ही एक कला आहे' या वाक्यातच निबंधलेखनाची वैशिष्ट्ये दडली आहेत.'कला' म्हटले की साधना, कष्ट, सराव आणि सातत्य हवेच. ही वैशिष्ट्ये विद्यार्थ्यांनी डोळ्यांसमोर ठेवली तर ही कला आत्मसात करणे सहजशक्य आहे. या आत्मसिद्धीकरताच या पुस्तकाचे प्रयोजन.

'निबंध लिहा' असे म्हटले की, लगेच कधीच निबंध लिहिता येत नाही. अनेक विषय हाताळून परीक्षेत नेमका कोणता विषय येईल, याचा अंदाज बांधता येत नाही. त्यामुळे विद्यार्थी या प्रश्नाकडे कानाडोळा करतात पण या प्रश्नाला असलेले १० गुण लक्षात घेता असे दुर्लक्ष करणे योग्य नाही.

निबंध लेखनाचे वैशिष्ट्य हे मनन व चिंतनात दडले आहे. त्यासाठी पुढील गोष्टी अवश्य करा -

- निबंधाचे चार प्रकार आहेत. आत्मकथनात्मक, कल्पनात्मक, चर्चात्मक, वर्णनात्मक. प्रत्येक निबंधलेखनाची धाटणी वेगळी आहे. त्यानुसार प्रथमपासूनच कोणत्याही दोन निबंध प्रकारांची निवड करा.
- त्याच प्रकारचे निबंध लिहिण्याचा सराव करा. त्या प्रकारच्या निबंधलेखनाची धाटणी, मांडणी आत्मसात करायचा प्रयत्न करा.

- रोज सकाळी निबंधाचा एक विषय मनात निवडा.

- दिवसभर त्याविषयावर आपले विचारचक्र चालू ठेवा.

- रात्री झोपताना १० मिनिटे त्या विचारांनुसार निबंधाची सुरुवात, शेवट, यावर मनातल्या मनातच आखणी करा.

- सराव करताना सलग १५ दिवस एकाच प्रकारच्या निबंधाचे विषय निवडा.

- 'निबंध' प्रत्येक वेळेस लिहूनच काढायची गरज नसते. एखादा वेगळा आठवलेला मुद्दा, काव्यपंक्ती यांची फक्त वहीत नोंद करा.

- प्रत्यक्ष पेपर लिहिताना प्रश्नांना सुरुवात करायच्या आधी निबंधविषयावर नजर टाका. १-२ मिनिटे वेळ घेऊन विषय विचारपूर्वक निवडा.

- पेपर लिहिताना मनातल्या मनात त्याविषयावर आपले चिंतन सुरू झालेल असते. ज्याचा उपयोग प्रत्यक्ष त्या प्रश्नाची सुरुवात करताना होतो. मात्र, ठरवलेला विषय प्रत्यक्ष निबंध लिहिताना अचानक बदलू नये. त्यामुळे मेंदूला अचानक वेगळी आज्ञा मिळते व निबंधलेखन उत्तम होत नाही.

'स्वावलंबी कलेचा रावा' हे लक्षात ठेवा. यश मिळवा.

◆ ◆ ◆

अ) वर्णनात्मक

१. माझा आवडता ऋतू - पावसाळा

गडगडत, बडबडत, उनाडत
पाऊस येतो धपाधपा कोसळत
सामोरा, सैरावैरा, अस्ताव्यस्त
त्याला नाही मुळीच सोसत
कोणीही त्याच्याखेरीज लक्ष कुठे दिलेले!

खरंच! मंगेश पाडगावकरांच्या या ओळीतच पावसाचे स्वभावविशेष अगदी सहजपणे समजतात. माझा आवडता ऋतू म्हणजे पावसाळा. उन्हाने भाजून निघालेली धरणीमाता आतुर होऊन ढगांची वाट बघत असते; कारण तिला माहीत असते त्यांच्या सोबत येणार आहे तो तिचा प्रिय सखा पाऊस. लहानपणीच पाऊस ही एक अद्भुत गोष्ट आहे हे मला कळलेले होते. मी घरी बाथरुमध्ये अनुभवलेला पाऊस अचानक मला बाहेर कोसळताना दिसला. मी वेड्यासारखा धावतच बाहेर गेलो. तर तो झाडांवर, घरांवर, रस्त्यावर, इमारतींवर सगळीकडे पडतच होता. माझ्या छोट्याशा घरातला पाऊस एवढा मोठा होऊन बाहेर कधी आणि कसा गेला हे जेव्हा मला आईने सांगितले तेव्हाच मला कळले होते की, माझ्या आयुष्याचा सगळा प्रवास या पाऊस नामक सुंदर मित्राबरोबर होणार आहे.

माझा हा मित्र थोडा लबाड आहे आणि हे त्याला माहीत आहे. रोज रोज भेटून नातेसंबंधामध्ये साचलेपण येते. म्हणूनच मैत्रीच्या नात्यातील गंमत टिकवून ठेवण्यासाठी तो मला वर्षातून एकदा भेटतो. मीही वर्षभर थंडी, उन्हाळा यांच्याबरोबर बागडून जूनची वाट पाहत बसतो, माझ्या या मित्रासाठी! पण पठ्ठ्या कधी कधी परीक्षाच घेतो माझी! जुलै आला तरी फारसे दर्शन देत नाही. तर कधी कधी मी लक्षच दिले नाही की मात्र धडाधडा कोसळून स्वत:च्या अस्तित्वाची मला दखल घ्यायला लावतो.

कधी २६ जुलै चा वादळी अनुभव तर कधी रखरखीत कोरडा पावसाळा.

पावसाळा मला आवडतो त्याची अनेक कारणे आहेत. पहिले म्हणजे पाण्याची अनिवार ओढ. मुंबईसारख्या शहरात तर पावसाच्या धारांपेक्षा घामाच्या धाराच जास्त वाट्याला येतात. उन्हाळ्याचा बकाल उष्मा अंगाची लाही लाही करत असतो, तेव्हा मीच नव्हे तर प्रत्येक जीवच पावसाची वाट पाहत असतो. जमिनीवर सर्वत्र हिरवेगार गालिचे अंथरले जातात. झाडेसुद्धा वर्षभर धुळीने माखून गेलेली असतात. त्यामुळे पावसात

आंघोळ करून ती हिरवीगार, ताजी टवटवीत दिसतात. सर्वत्र जणू काही हिरवाईची नशा भरून राहते. मग तीच हिरवाई अंगात भिनायला लागते.

नद्या, नाले, ओढे सगळे दुथडी भरून वाहायला लागतात. खळखळत वाहणारे त्यांचे पाणी आसमंतात एक सुंदर गाणेच निर्माण करते. पावसाळ्यातील खास सुंदर महिना म्हणजे श्रावण महिना. उपास-तापास, पूजा-अर्चा घरोघरी चालू होतात. त्यामुळे हा संपूर्ण महिना पवित्र वाटू लागतो. उधाणलेला समुद्र शांत करण्यासाठी कोळी बांधव नारळीपौर्णिमेला समुद्रात नारळ अर्पण करतात. याच दिवशी राखीबंधनासाठी आम्ही सगळी भावंडे एकत्र जमतो. तेव्हाही ढगांचा ताशा वाजत असतो. उंच उंच दहीहंड्या आकाशाला भेटायला जातात. तर भारतमातेच्या स्वतंत्रतेसाठी बलिदान दिलेल्यांची आठवण म्हणजेच आपल्या भारताचा स्वातंत्र्यदिवसही याच पावसाळ्यात येतो.

शेतकरी आपल्या देशाचा कणा आहे तो जर सुखी तरच देश सुखी होऊ शकतो. या शेतकऱ्याच्या डोळ्यांतसुद्धा आनंदाचे क्षण चमकू लागतात. कारण त्यांची शेती पावसाबरोबर बहरू लागते.

माझा आवडता देव म्हणजे गणपती. विद्येची देवता. वाजत-गाजत घराघरात गणपतिपूजन केले जाते ते याच पावसाच्या साक्षीने!

असा हा पावसाळा सर्वांना भरभरून सुख वाटणारा म्हणूनच माझा आवडता.

◆ ◆ ◆

२. निसर्ग माझा सोबती

गर्द हिरवाईनं नटलेला उंच डोंगर, त्याच्या मध्यभागी भगवा झेंडा मिरवणारं शंकराचं देऊळ आणि डोंगराच्या पायथ्याशी वाहणारी नदी, असं एक अप्रतिम सुंदर निसर्गदृश्य माझ्या मनात कायमचं कोरलेलं आहे आणि ते आहे माझ्या परचुरी गावचं. आज मी शिक्षणासाठी जरी शहरात आलो असलो तरी माझं मन सतत गावाकडे ओढ घेत असतं. तिथले डोंगर, नदी-नाले, लाल रस्ते, झाडं आणि त्यावरील पक्षी, वानरांच्या टोळ्या मला सदैव साद घालीत असतात. इथल्या काँक्रीटच्या जंगलात माझं मन रमत नाही म्हणून सुट्टी पडताच मी गावाकडे पळतो.

शाळेत असतानाही रविवारी निसर्गभ्रमंतीसाठी जाणे हा माझा आवडता छंद होता. डोंगरमाथ्यावरील सपाट भागात असलेले आमचे छोटेसे शेत म्हणजे आमची वडिलोपार्जित मोठी इस्टेट होती. शेतावर सारा दिवस कसा जायचा ते कळायचंसुद्धा नाही. शेताजवळ असलेल्या सड्यावरच्या तळ्यात डुंबायचं, झाडावर चढायचं आणि चिंचा, बोरं काढून

खिसे भरायचे हा आमचा नित्याचा उद्योग असे. लहानपणापासून असलेले निसर्गाविषयीचे आकर्षण आजही कायम आहे.

निसर्ग आपल्याला संकटावर मात करायला शिकवतो. अचानक पाऊस अथवा वादळ आले तर स्वतःचा बचाव कसा करावा, अडचणीच्या वेळी एकमेकांना मदत कशी करावी, ते तो शिकवतो.

एकदा आमच्या गावात पावसाळ्यात मोठ-मोठ्या दरडी कोसळल्या. निसर्गाचा कोप झाला असे वाटले. सारा गाव एकत्र झाला. ज्यांच्या घरांवर दरडी कोसळल्या त्यांना मदत दिली. घरे बांधून दिली. साऱ्या गावाने एकजुटीने काम केले परंतु त्याचवेळी साऱ्यांनी शपथही घेतली की, यापुढे गावात नवी दगडाची खाण सुरू केली जाणार नाही. दगडांच्या खाणीमुळे डोंगर पोखरला गेल्यानेच हे अरिष्ट गावावर आले, असे साऱ्यांना वाटले. झाडांची तोडही कमी झाली व निसर्गाचा ऱ्हास थांबला.

निसर्गाच्या सान्निध्यात जाणं म्हणजे जणू मातेच्या कुशीत शिरल्यासारखंच आहे. निसर्ग हा गरीब-श्रीमंत, उच्च-नीच असा भेदभाव न करता साऱ्यांनाच जवळ करतो. झाडं आपल्याला फळं-पानं लाकूड देतात, पक्षी शीळ घालून आपलं मन रमवतात. जंगलातले प्राणीही आपल्याला कोणत्या ना कोणत्या प्रकारे मदतच करीत असतात. हिरव्या माळावर धावणारी हरणे, बागडणारे ससे, मोर मनाला आनंद देतात. आनंदाच्या शोधात असणाऱ्या माणसाला निसर्ग भरभरून आनंद देतो. पावसाळ्यातील निसर्ग तर केवळ अवर्णनीय असतो. कंदमुळे, रानभाज्या पावसाळ्यात मोफत देतो तो निसर्गच! दगडामातीचं घर, लाकडी दारं आणि कौलारू छप्पर हे सारं निसर्गच देतो ना?

कल्पना करा की, एका उजाड माळावर तुम्ही एकटेच आहात, आजूबाजूला झाडं नाहीत, नदी नाही, पशुपक्षीही नाहीत. अगदी एकाकी आहात तुम्ही, तर अशा अवस्थेत जगू शकाल तुम्ही? नाही ना? म्हणूनच म्हणतो निसर्ग हाच माणसाचा खरा सोबती आहे.

◆ ◆ ◆

३. अजिंठ्याच्या कलाकृती

चौसष्ट कलांचा अभ्यास करणाऱ्या प्राचीन भारतीय समाजाने आपल्या कलांद्वारे संपूर्ण जगाला आश्चर्यचकित केलेले आहे. चित्रकला आणि शिल्पकला यांचा अजोड संगम अजिंठ्याच्या कलाकृतींतून रसिकाला आस्वादण्यास मिळतो.

आमच्या १२ वीच्या मराठीच्या पाठ्यपुस्तकातील लेखक गजमल माळी यांच्या 'कल्पद्रुमाची डहाळी' या नाट्यप्रवेशातून अजिंठा लेणी पाहाण्याची उत्सुकता निर्माण

झाली. शिक्षकांनी शैक्षणिक सहलीचे आयोजन आणि नियोजन केले आणि आम्ही औरंगाबादमार्गे अजिंठ्याला पोहचलो.

लेण्यांपासून लांब अशा बऱ्याच अंतरावर बस उभी राहिली. भारतीय पुरातत्त्व विभागाने खबरदारी म्हणून वाहनांस लेण्यांच्या जवळ उभे करण्याची परवानगी दिलेली नाही. वाढत्या प्रदूषणाचा परिणाम कलाकृतींवर होऊ नये हे सहलीचे मार्गदर्शन करणाऱ्याकडून कळले.

घोड्याच्या नालाच्या आकाराच्या सुमारे ७६ मीटर उंचीच्या एका अखंड अशा प्रचंड काळ्या कातळात ही लेणी खोदून काढलेली आहेत. हा महाकाय कातळ वाघोरा नदीच्या दरीत उतरणाऱ्या प्रवाहाकडे वाकून पाहतो असा रसिकांना भास होतो.

आम्ही लेण्याच्या प्रवेशद्वारातून आत प्रवेश केला. मार्गदर्शक (गाइड) इतिहासातल्या गोष्टी सांगू लागला. 'इ. स. पूर्व दुसऱ्या शतकापासून तर इसवीसनाच्या सहाव्या शतकापर्यंत विविध राजांच्या काळात सुमारे तीस लेण्यांमधील शिल्प आणि चित्रकलेचे हे अजोड नमुने कलावंतांनी निर्माण केले. सुरुवातीच्या काळात चैत्यगृह आणि बौद्धविहारांची निर्मिती करण्यात आली. वाकाटक राजाच्या काळात पुन्हा काही नवीन शिल्पे कोरण्यात आली. तर दुसऱ्या टप्प्यात म्हणजे पाचव्या शतकाच्या मध्यापासून सहाव्या शतकाच्या उत्तरार्धापर्यंत मोठ्या प्रमाणात शिल्पनिर्मितीचे काम झाले. दुसऱ्या टप्प्यातील कलाकृती पहिल्यापेक्षा आपले वेगळेपण कलाविष्काराद्वारे सिद्ध करतात.' माहिती ऐकता ऐकता लेण्यातील चित्राकृती आणि शिल्पाकृती समजून घेत होतो.

लेण्यांमध्ये चितारलेल्या विविध मानवी आकृत्या या केवळ आकृत्या नसून त्यांची स्वत:ची वेगळी देहबोली आहे. कलावंतांनी कोरलेल्या आणि रंगकाम केलेल्या चित्रांचे रंग आजही प्राचीन काळातल्या प्रगतीची साक्ष देतात. भिंतीवर चितारलेली अप्सरा त्यासाठी वापरलेले रंग हे फळांच्या, फुलांच्या अर्कापासून तयार करताना त्यात गोमूत्र, चुनकळी अशा पदार्थांचा वापर करून नैसर्गिक रंगनिर्मिती करण्याचे तंत्र तत्कालीन कलावंतांना अवगत असल्याचे कळले. चित्राकृतींतून बौद्धकाळातील सामाजिक, आर्थिक, राजकीय, धार्मिक, शैक्षणिक, सांस्कृतिक अशा विविध स्वरूपांतील माहितीचे ज्ञान होते. बौद्धांची जीवनगाथा, विविध शिल्पाकृती आणि चित्रे यांच्याद्वारे आपल्याला कळते. भगवान गौतम बुद्धांची तत्कालीन वेषभूषा, केशभूषा आजही आधुनिक माणसाला आश्चर्यचकित करतात.

काळाच्या ओघात हे प्राचीन सौंदर्य गडप झाले होते. परंतु १८१९ मध्ये ब्रिटिश आर्मीच्या मद्रास रेजिमेंटमधील लष्करी अधिकारी जॉन स्मिथ शिकारीच्या मोहिमेवर असताना त्याला या लेण्यांचे दर्शन झाले. थोड्याच दिवसांत जगभरातील पर्यटकांसाठी ते आश्चर्याचे पर्यटनस्थळ झाले.

अस्मानी आणि सुलतानी संकटांना तोंड देत उभी असलेली ही लेणी. १८४३ मध्ये जेम्स फर्ग्युसन यांनी कंपनी सरकारकडे लेण्यांच्या संरक्षण - संवर्धन व त्यांतील चित्रांच्या प्रतिकृती करून त्या जतन करण्याची विनंती केली व तशी मदतही मिळवून दिली.

रॉयल एशियाटिक सोसायटीच्या पाठपुराव्यामुळे १८४९ मध्ये 'मेजर रॉबर्ट गिल' यांनी अजिंठ्याच्या लेण्यांतील चित्रांच्या प्रतिकृती तयार केल्या. हे काम १८५७ च्या स्वातंत्र्यसमरापर्यंत चालू होते. महत्प्रयासाने त्याने चित्रांच्या ३० प्रतिकृती लंडनला पाठवल्या परंतु दुर्दैवाने त्यातील पाच कलाकृती वगळता साऱ्याच आगीच्या भक्ष्यस्थानी पडल्या. वाचलेल्या पाच कलाकृती दक्षिण केन्सिंग्टन येथे आजही पाहायला मिळतात, असे गाइड म्हणाला.

पण प्रतिकृतींपेक्षा प्रत्यक्षात कलाकृतींचा आस्वाद हा श्रेष्ठ असतो. असा श्रेष्ठ ठेवा जतन करण्याची गरज प्रत्येक रसिकाची आहे. मनापासून चित्र पाहात होतो. कलावंतांच्या 'त्या' हातांना माझ्या या हातांनी नमस्कार करत परतीच्या प्रवासाला सुरुवात केली.

◆ ◆ ◆

४. माझा आवडता (सिने / नाट्य) कलावंत - नाना पाटेकर

'हे हिंदू माणसाचं रक्त .... आणि हे मुसलमानाचं... दोन्ही रक्तांचा रंग लाल ... ओळखू शकता कोणतं हिंदूचं आणि कोणतं मुसलमानाचं ?' अशा प्रकारच्या संवादातून जात्यंध हिंदू-मुसलमानांच्या डोळ्यांत झणझणीत अंजन घालणारा नाना पाटेकर हा माझा आवडता कलावंत आहे. गेली ५-६ वर्ष सुट्टीत किंवा फावल्या वेळात मी नाना पाटेकर यांचे हिंदी किंवा मराठी सिनेमा जरूर पाहत आलो आहे. नाना पाटेकर यांचा करारी चेहरा, त्या चेहऱ्यावर उमटणारे भाव आणि सौम्य आवाजातही परंतु कठोर शब्दातील संवादफेक मला खूप आवडते. ते एखाद्या भूमिकेशी अगदी एकरूप होऊन जातात. त्यामुळेच हिंदी-मराठी चित्रसृष्टीतले ते एक श्रेष्ठ कलावंत समजले जातात.

नाना पाटेकर यांनी मराठी नाटकापासून प्रारंभ केला व अभिनयाच्या क्षेत्रात त्यांनी बाजी मारली. हिंदी चित्रपटसृष्टीत या मराठी नटाने मानाचे स्थान निर्माण केले हे विशेष ! त्यांचे पडद्यावर आगमन झाले की, चित्रपटगृहात टाळ्या व शिट्ट्यांचा पाऊस पडतो. पाटेकरांची लोकप्रियता खूप असून अनेकांनी आपल्या वाहनांवर अथवा घरांमध्येही त्यांचे फोटो लावलेले दिसतात. त्यांचे संवाद तर घरोघरी अनेकांनी पाठ केलेले आढळतात.

नाना पाटेकर चित्रपटात करारी नायक वा खलनायक म्हणून वावरत असले तरी प्रत्यक्षात ते मोठे सामाजिक कार्यही करतात. अनेक अंध मतिमंद विद्यार्थ्यांच्या शाळांना

ते आवर्जून भेटी देतात. आर्थिक मदतही करतात. समाजातील उपेक्षित घटकांसाठी शासनातर्फे काढल्या जाणाऱ्या मदतफेरीतही ते सहभागी होतात. स्वत: गणेशाची प्रतिष्ठापना आपल्या मुंबईच्या घरी करतात. नाना पाटेकर यांच्या गणपतीचा फोटो वर्तमानपत्रात पाहिला की, आमचा ऊर भरून येतो. त्याचप्रमाणे अन्य धर्मीयांच्या यात्रेतही ते हिरिरीने सहभागी होतात.

असे जरी असले तरी प्रेक्षकांवर प्रभाव टाकणारे, तसेच अभिनयाची ताकद आपल्या शारीरिक हालचाली व संवादांमधून दाखवणारे, हे एक श्रेष्ठ नट असल्यानेच ते मला आवडतात. आमच्या महाविद्यालयात वार्षिक स्नेहसंमलेनासाठी एकदा ते प्रमुख पाहुणे म्हणून आले असता त्यांनी केलेले भाषण अद्यापही माझ्या स्मरणात आहे. त्यांच्या हातून बक्षीस घेताना मी तर अगदी आनंदाने मोहरून गेलो होतो.

चित्रपटसृष्टीत अनेक नट माना हालवून अथवा माना वेळावून संवादफेक करताना दिसतात. मात्र नाना पाटेकर एखादे वाक्य शांतपणे परंतु करारी आवाजात बोलतात, तेव्हा ते प्रेक्षकांच्या मनावर ठसते. टाळ्यांचा गजर होतो. म्हणूनच म्हणावेसे वाटते -

'नानात नाना पाटेकर नाना,
इतर नाना फक्त हलवती माना.'

आनंदवनात कुष्ठरोगपीडित व अपंग मुलांचा एक वाद्यवृंद आहे. 'स्वरानंदनवन' हे त्या वाद्यवृंदाचं नाव. या वाद्यवृंदाच्या निर्मितीमध्ये तसेच तेथील अतिथीगृह बांधण्यासाठी नाना पाटेकरांनी खूप मदत केली आहे.

◆ ◆ ◆

---

५. माझे आवडते व्यक्तिमत्त्व - डॉ. अभय बंग

रोजचे वर्तमानपत्र उघडून पाहिले की, एका भयाण पोकळीने आयुष्य भरून गेल्या-सारखे वाटते. सर्वत्र घडणाऱ्या दंगली, दहशतवाद, राजकीय नेत्यांचे मतांच्या गठ्ठ्यावर डोळे ठेवून केलेले भाषण, दिशाहीन, व्यसनाधीन तरुण पिढी याने मन अगदी उदासीन होऊन जाते. अशा या परिस्थितीत आम्ही तरुण विद्यार्थ्यांनी आदर्श शोधायचे तरी कुठे आणि कसे ?

पण जग काही इतके रसातळाला गेलेले नाही याची महती पटवणारे अनेक आदर्श आजूबाजूला काम करत आहेत. केवळ डोळे उघडून पाहणे गरजेचे आहे. प्रसारमाध्यमे (T.V., Print media) खुसखुशीत बातम्या दिवसभर दाखवत बसतात व चांगल्या कामांना

मात्र लोकांपर्यंत पोचवत नाहीत. खरं तर समाजाच्या कल्याणासाठी जीव ओतून सर्वस्वाचा त्याग करणारे अनेक जण आपल्याभोवती आहेत. मेधा पाटकर, अण्णा हजारे, बाबा आमटे, प्रकाश आमटे, विकास आमटे, डॉ. अभय बंग, डॉ. राणी बंग, डॉ. नरेंद्र जाधव, डॉ. अब्दुल कलाम.

यांपैकी माझे आवडते व्यक्तिमत्त्व म्हणजे डॉ. अभय बंग.

डॉ. अभय ठाकूरदासजी बंग यांचा जन्म १९४५ मध्ये झाला. आदिवासी व उपेक्षित समाजात राहून त्यांच्यासाठी कार्य करणारे ते थोर व महान समाजसेवक आहेत. नागपूरपासून २०० कि. मी. अंतरावर असलेल्या गडचिरोली येथे त्यांनी शोधग्राम नावाचे गावच वसवले आहे. त्यांच्या 'सर्च' या संस्थेतर्फे उपेक्षित, वंचित समाजाच्या उन्नतीचे कार्य अविरतपणे चालू आहे. महाराष्ट्र शासनाचा 'महाराष्ट्र भूषण' हा पुरस्कार त्यांना मिळाला आहे. कुपोषण व बाल आरोग्यावरील संशोधन 'कोवळी पानगळ' या संशोधनाद्वारे या समस्येची गंभीरता शासनाच्या ध्यानात आली.

डॉ. अभय बंग यांची माझी पहिली भेट झाली ती त्यांचे पुस्तक 'माझा साक्षात्कारी हृदयरोग' वाचताना! स्वत: डॉक्टर असतानासुद्धा समाजसेवेच्या कार्यात ते इतके मग्न झाले होते की प्रकृतीची त्यांनी पूर्ण हेळसांड केली होती. त्याचा परिणाम म्हणजेच त्यांना आलेला हृदयरोगाचा 'झटका' पण त्यातून त्यांनी स्वत:ला सावरले व आपल्या अनुभवांच्या आधारे वरील पुस्तक लिहिले.

गोंड, माडिया या आदिवासी समाजांच्या सर्वांगीण विकासासाठी त्यांनी जे संशोधन केले त्यासाठी त्यांना अमेरिकेच्या न्यूयॉर्क टाइम्सचा पुरस्कार प्राप्त झाला. आजच्या युगात खरं तर डॉक्टरचा पेशा म्हणजे पैसे कमवण्याचा उत्तम मार्ग समजला जातो. शहरात राहून खोऱ्याने पैसा ओढण्याची संधी डॉ. बंग यांना असताना त्यांनी मात्र एका कर्मयोग्याप्रमाणे स्वत:ला आदिवासींच्या आरोग्यसुधार कार्यासाठी वाहून घेतले. ६०% जमीन ही जंगलाने व्यापलेली असताना त्यातील काही जमिनीवर त्यांनी आदिवासींसाठी रुग्णालये स्थापन केली आहेत. उदा. माँ दंतेश्वरी रुग्णालय. तिथल्या सर्व कार्यालयांना त्यांनी झाडांची नावे दिली आहेत. उदा. प्रशिक्षण केंद्राला 'पिंपळ' हे नाव तर कार्यालयाला 'औदुंबर' हे नाव. निसर्गाच्या सान्निध्यात निसर्गपुत्रांसाठी जणू एक आरोग्य यज्ञ सुरू केला आहे.

'निर्माण' नावाचा नवीन उपक्रम ते व त्यांच्या पत्नी डॉ. राणी बंग सध्या राबवत आहेत. तरुण पिढीतून नवे सामाजिक कार्यकर्ते तयार व्हावेत यासाठी त्यांचे हे प्रयत्न आहेत. धान्यापासून दारू तयार करण्याच्या उद्योगाविरुद्ध सगळेच राजकीय पक्ष मूग गिळून गप्प असताना त्या विरोधात आवाज उठवला तो अभय बंग यांनी. आदिवासी समाज अर्धपोटी असताना त्यांना धान्य पुरवण्याऐवजी धान्यापासून दारू बनवण्याची

आवश्यकता नाही हा विचार घेऊन ते आजही सामाजिक जागृती निर्माण करण्याचा प्रयत्न करताहेत. आपल्या दोन्ही मुलांचे शिक्षण त्यांनी आदिवासींच्या शाळेतच पूर्ण केले. आज ती मुले सुशिक्षित, सुसंस्कृत होऊन वडिलांचा वारसा पुढे चालवत आहेत. समाज पुढे जात असतो तो अशा लोकांमुळे. जगायचे कसे ? कोणासाठी ? चांगले काय ? सामाजिक बांधिलकी म्हणजे काय? या प्रश्नांची उत्तरे अशा व्यक्तिमत्त्वाकडे पाहून आपोआप मिळतात. समाज बदलण्याची क्षमता ज्या व्यक्तींकडे असते तेच खरे क्रांतिकारक असतात. म्हणून अशा महान कर्मयोगी माणसांचा आदर्श मला सतत प्रेरणा देत राहतो.

◆ ◆ ◆

६. माझा आदर्श - डॉ. अब्दुल कलाम

संपूर्ण भारतीय बनावटीचे चांद्रयान अवकाशात झेपावले. बातमी पाहून माझी छाती अभिमानाने फुगली. आज 'रॉकेटरी' क्षेत्रात भारताचे वर्चस्व खूप प्रभावी आहे. यासाठी अनेक संशोधकांनी, शास्त्रज्ञांनी अहोरात्र प्रयत्न केले आहेत. परंतु १९४७ मध्ये जेव्हा भारताला स्वातंत्र्य मिळाले तेव्हा 'गरीब देश' म्हणूनच भारताकडे सर्वजण पाहात होते. पंडित जवाहरलाल नेहरू व रशिया यांची मैत्री जगजाहीर होती. पण सुदैवाने नेहरूंनी रशियाचा साम्यवाद न स्वीकारता लोकशाही स्वीकारली. पहिल्या पंचवार्षिक योजनेत पंजाबमध्ये 'हरितक्रांती' (Green Revolution) यशस्वी झाली. अशीच प्रगती जर प्रत्येक राज्यात झाली असती तर आज आपला देश विकसित राष्ट्र म्हणून ओळखला गेला असता. परंतु ते होऊ नये म्हणून अमेरिकेने पाकिस्तानला हाताशी धरून आपल्या सीमारेषा नेहमीच अशान्त ठेवल्या. त्यामुळे पाकिस्तानने चार वेळा आपल्यावर हल्ला केला. एका बाजूने चीनने आपल्यावर हल्ला केला. अशा परिस्थितीत भारताला शस्त्रास्त्रांच्या बाबतीत स्वयंपूर्ण (Self independent) होणे गरजेचे होते. म्हणूनच आपण अण्वस्त्रसंशोधनावर लक्ष केंद्रित केले त्यामुळेच देशात अणुशक्ती क्रांती झाली.

या क्रांतीचे जनक होते डॉ. ए. पी. जे. अब्दुल कलाम.

देशातील ग्रामीण भाग (rural area) अजून मागासलेला असताना 'अणुबाँब' (Nuclear Bomb) बनवणे गरजेचे आहे काय ? हा प्रश्न सतत विचारला जात होता. तेव्हा अब्दुल कलामांनी त्याला अतिशय सुंदर उत्तर दिले. ते म्हणतात. 'आमच्या पूर्वपिढ्यांनी देशाच्या स्वातंत्र्यासाठी बलिदान केले, त्या स्वातंत्र्याचे रक्षण करणे आपले परम कर्तव्य बनत नाही का ?'' कारण तंत्रज्ञानात (Technology) मागे असणे हे आपल्याला परवडणारे नाही.

अब्दुल कलामांच्या नेतृत्वाखाली 'आकाश' 'पृथ्वी' 'नाग' इ. क्षेपणास्त्रांची निर्मिती झाली. त्यामुळे सगळ्या जगात भारताचा दबदबा वाढला. कुठल्याही देशाने भारताला युद्धात ओढण्यापूर्वी दहा वेळा विचार करावा लागेल ही परिस्थिती केवळ अब्दुल कलामांमुळे निर्माण झाली आहे.

त्यांचे आत्मचरित्र 'अग्निपंख' (Wings of Fire) हे केवळ त्यांचे आत्मचरित्र नाही तर अवकाशसंशोधनात (Space research) भारताने केलेल्या प्रगतीचा जणू इतिहास आहे.

डॉ. कलाम यांचा जन्म १९३१ रोजी तमिळनाडूमधील म्हणजे त्या काळच्या मद्रास प्रांतातील रामेश्वर या छोट्या गावात एका मध्यमवर्गीय तमिळ कुटुंबात झाला. शालेय शिक्षणानंतर त्यांनी पुढील शिक्षण रामनाथपुरमला घेतले. कॉलेज शिक्षण तिरुचिरापल्ली येथील सेंट जोसेफ कॉलेजमध्ये घेतले. बी. एस्सी. नंतर त्यांनी मद्रासच्या (चेन्नईच्या) 'Institute of Technology' इथे प्रवेश घेतला. तिथे त्यांनी विमानबांधणीचे तंत्रज्ञान शिकून घेतले (Aeronautical Engineering) त्यांना खरेतर भारतीय हवाई दलात पायलट व्हायचे होते. पण त्यांची निवड होऊ शकली नाही. त्यानंतर त्यांनी इन्फोस्पार (Indian committee for space research) इथे काम केले. अमेरिकेला जाऊन नंतर प्रगत संशोधनाचे प्रशिक्षण घेतले.

परदेशात विकासाची संधी असूनसुद्धा भारताला अण्वस्त्रसंशोधनात परिपूर्ण बनवण्यासाठी त्यांनी स्वतःला झोकून टाकले. अतिशय साधा, नम्र, प्रचंड बुद्धिमत्ता असलेला हा माणूस देशाच्या सर्वोच्चपदी विराजमान झाल्यानंतर सुद्धा जराही बदलला नाही. सतत देशाचा व त्याच्या भवितव्याचाच त्यांनी विचार केला. राष्ट्रपतीपदावरून निवृत्त झाल्यावरपण त्यांनी शिक्षक बनून विद्यार्थ्यांना ज्ञान देणे जास्त पसंत केले. म्हणूनच भारत सरकारने 'पद्मभूषण', 'पद्मविभूषण' आणि 'भारतरत्न' या सर्वोच्च सन्मानांनी गौरविले. कोणतीही मौल्यवान भेट नाकारणारा हा राष्ट्रपती भारताच्या इतिहासात पहिलाच राष्ट्रपती आहे.

आज तरुणांनी आदर्श कुठे शोधावेत हा प्रश्न पडला असताना डॉ. कलामांसारखे व्यक्तिमत्त्व आम्हाला दीपस्तंभासारखे (Light house) वाटते. अशाच लोकांच्या त्यागावर समाज पुढे जात असतो. ते नेहमी म्हणतात. "The best brain of a nation may be found at the last benches of class-rooms." म्हणजेच तरुणांकडे असलेल्या ऊर्जेकडे ते किती सकारात्मक दृष्टिकोनातून पाहतात ते सिद्ध होते म्हणून मला ते आवडतात.

त्यांच्यासारखा शास्त्रज्ञ मी होईन किंवा काय हे मला माहिती नाही. परंतु त्यांच्यासारखा एक सच्चा माणूस, देशप्रेमी आणि विज्ञानाचा उपासक होण्याचा मी प्रयत्न करीन.

❖ ❖ ❖

७. महात्मा जोतीराव फुले - एक आदर्श समाजसुधारक

'बोले तैसा चाले
त्याची वंदावी पाऊले'

ही उक्ती, गौरवोद्गार महात्मा जोतीराव फुले यांच्याविषयी अगदी सार्थ आहे.

थोर क्रांतिकारक, विचारवंत व आद्यसुधारक महात्मा जोतीराव फुले यांचा जन्म पुणे येथे १८२७ साली झाला. महाराष्ट्रात सुधारणेची पुरोगामी (चळवळ) परंपरा महात्मा फुले यांनीच सुरू केली. महात्मा जोतीराव फुले व त्यांच्या पत्नी सावित्रीबाई फुले यांनी शिक्षण व सामाजिक चळवळ यांमध्ये खूपच मोलाचे कार्य केले आहे.

सार्वत्रिक शिक्षणासाठी, समाजातील तळागाळापर्यंत शिक्षण पोचवण्यासाठी त्यांनी अथक प्रयत्न केले आहेत. प्रसंगी या दांपत्याने शेणाचा, दगडांचा, शब्दांचाही मार सहज केला आहे. पण हाती घेतलेला वसा त्यांनी कधीच टाकून दिला नाही. एका रात्री तर महात्मा फुले यांना मारण्यासाठी दोन मारेकरीही आले होते; पण त्यांनाही शिक्षणाचे महत्त्व मोठ्या धीराने पटवून दिले ते या 'देवमाणसाने.'

आपल्या समाजातील जातिभेद, अज्ञान, माणसामाणसांतील दुरावा आणि स्त्रियांच्या वाट्याला येणारी दुर्दशा त्यांना अस्वस्थ करत होती. त्यांनी इतर धर्मांचा तौलनिक अभ्यास केला. त्यांपैकी ख्रिस्ती धर्मातील माणुसकीची वागणूक, सेवा, समानता या गोष्टी त्यांना खूप महत्त्वाच्या वाटल्या. आपल्या समाजातही ह्या गोष्टी यायला हव्यात असे त्यांनी ठरवले. कारण ते कर्ते सुधारक होते.

समाजातील विशेषत: स्त्रियांमधील अज्ञान दूर करण्यासाठी त्यांनी बुधवार पेठेतल्या भिडे वाड्यात १८४८ साली पहिली मुलींची शाळा काढली. मुलींना शिकवण्यासाठी स्त्री-शिक्षिका म्हणून त्यांनी आपल्या पत्नीला सावित्रीबाईंना तयार केले. मागासलेल्यांना सुधारायचे तर त्यांच्यामध्येच जाऊन राहिले पाहिजे, म्हणून त्यांनी आपले घर बदलले. दलितांसाठी (दलित मानले गेले आहेत अशांसाठी) पाण्याची व्यवस्था व्हावी म्हणून आपल्या घरातील हौद त्यांनी सर्वांना खुला केला. इथे त्याच्याविषयीचे 'कर्ते सुधारक' हे उद्गार सार्थ ठरतात.

केशवपन आणि इतर काही अन्यायकारक गोष्टींना महात्मा फुले यांनी प्रखर विरोध केला. समाजातील उच्चवर्णीयांतील स्त्रियांवर होणारे अत्याचार पाहून या अभागी स्त्रियांसाठी त्यांनी १८६३ साली 'बालहत्याप्रतिबंधक गृह' सुरू करून अशा स्त्रियांना आश्रय दिला. एका अडलेल्या स्त्रीला आश्रय देऊन तिच्या मुलाला जोतीरावांनी दत्तक घेतले. १८७३ साली 'सत्यशोधक समाज' त्यांनी स्थापन केला. पुष्कळ अनुयायी घडविले.

प्रत्येकाला शिक्षण मिळालेच पाहिजे. कारण "ज्ञान हा माणसाचा तृतीय नेत्र" आहे असे त्यांचे आग्रहाचे सांगणे होते. माणसाच्या प्रगतीला शिक्षणाशिवाय तरणोपाय नाही हे त्यांनी सर्वांना पटवून दिले. सद्वर्तनी माणसाची लक्षणे त्यांनी आपल्या ग्रंथांतून सांगितली. विद्या, सत्य, सत्शील यांचा त्यांनी सदैव आग्रह धरला. समाजामध्ये समता नांदावी यासाठी त्यांनी अथक परिश्रम केले. निर्भयी वृत्तीचे असल्यामुळे दिवसा-रात्री आलेल्या अडचणींना खूप धीराने तोंड दिले.

'शेतकऱ्यांचा असूड' (१८८३) या पुस्तकात शेतकऱ्यांच्या अडचणी, प्रश्न याबद्दलची परखड मते त्यांनी मांडली आहेत. शेतकऱ्याच्या पोशाखात ते 'ड्यूक ऑफ कॅनॉट' यांच्या भेटीला गेले.

इतक्या सर्व महान कार्यांमुळेच जनतेने स्वयंस्फूर्तीने त्यांना 'महात्मा' म्हणून गौरविले. २७ नोव्हेंबर १८८९ साली महात्मा जोतीराव फुले यांनी जगाचा निरोप घेतला. आज महात्मा फुले नाहीत. पण त्यांनी लावलेले ज्ञानाचे रोप त्यांच्या लेकींच्या रूपात (वटवृक्षात) ज्ञानवृक्षात बहरत आहे.

अशा ह्या महात्म्यास त्रिवार वंदन.

◆ ◆ ◆

८. नको असलेले शेजारी

'प्रेम करा' असा संदेश कुणी आम्हाला दिला तर आम्ही त्याचे तंतोतंत पालन केले असते. पण येशू ख्रिस्तांनी "शेजाऱ्यावर प्रेम करा" असे म्हटले. हरकत नाही आमची. पण शेजारी तसे हवेत ना! "निंदकाचे घर असावे शेजारी" असे तुकोबांनी का सांगितले हे मलाही अद्याप समजलेले नाही. एवढेच काय आमची आजी सांगायची "वेळ प्रसंगाला नातेवाइकांपेक्षा शेजारीपाजारी आपल्या मदतीला धावून येतात. आपण त्यांना दुखवू नये. शक्य ती मदत करावी" - एकूण 'शेजारी' या विषयावर या मोठ्या लोकांचे एकमत आहे.

माझी जरा दृष्टी निराळी आहे. आम्ही तुकाराम, ख्रिस्त थोडेच होत! ते त्यांना शक्य आहे. उदार मनाच्या माझ्या आईला, आजीला जे शक्य झाले ते मलाही होईल असे नाही. आम्ही समर्थांचा विचार अंमलात आणायला तयार आहोत - 'धटाशी जाणावा धट। उद्धटाशी उद्धट॥' समर्थ रामदासांनी जैशास तैसे वागावे, असे सांगितले आहे. अहो, चांगुलपणाचा मक्ता काय आम्हीच घेतला आहे? शेजाऱ्यांनीपण जरा शहाणपणाने वागायला नको का? असे आम्ही का म्हणतो? त्याला तशीच जबरदस्त कारणे आहेत-

उदाहरणार्थ

आमच्या शेजारच्या काकू. त्यांना रक्तदाब आहे, मधुमेह आहे. आणखीन बरेच काही आहे. गप्प बसतील त्या विमलाकाकू कसल्या ? त्यांना समाजकार्याची हौस आहे. रोज कुठे ना कुठे भटकत असतात. बरे त्यालाही माझी हरकत नाही, पण जाताना आपल्या लाडक्या बाळाला सरळ आमच्याकडे आणून सोडतात. अन् वरून त्यांचे पालुपद ठरलेले ''आमचा बंडू किनई सारखा दीपकदादा दीपकदादा म्हणून तुमची आठवण काढतो. मेला, माझ्याजवळ थांबायला मुळी तयारच नाही'' - असे म्हणून कुणाच्या भाषणाला किंवा महिला मंडळाच्या बैठकीला गेल्या की निदान चार-पाच तास तरी त्यांचा पत्ता नसतो. या काळात बंडूला आमचे घर जणू त्याच्या बापाचे किंवा त्याचे एकट्याचेच वाटत असते. स्टूल पाडणे, पेपर किंवा पुस्तके फाडणे, भांड्यांची आदळ-आपट करणे, एखादी वस्तू अंगावर पाडून घेऊन ओरडणे. अशा कितीतरी अगाध लीला त्याच्या चालू असतात. बरे काकूंना हे सर्व प्रकार एक दिवस सांगून पाहिले तर त्या दुप्पट आवाजात ओरडल्या, ''मला आमच्या बंडूचं काही सांगू नकोस! तो तसा खूपच शांत आहे. त्या वयात तू कळस होतास. तुझ्यामुळे आमची गादी इतक्यावेळा ओली झाली.'' या संभाषणावर आम्ही काय बोलणार कप्पाळ!

आमच्या काकूचे मिस्टर! म्हणजे सदाशिवकाका. त्यांना ज्ञानाची ओढ; पण पदरमोड करायची नाही, अशी शपथच जणू त्यांनी घेतली आहे. पेपरवाल्याने पेपर टाकल्याबरोबर काकांची ललकारी - '' अरे दीपक! जरा पेपर आण बघू इकडे! बघूया काय म्हणतोय तो ओबामा'' - पण इथे शेजारी आम्ही काय बोंबलतोय इकडे मात्र त्यांचा कानाडोळा. काकू गावात भटकायला गेल्या की घरची ड्युटी सांभाळण्यात काका गर्क. पण बाहेर निघाले की दाराला कुलूप लावून आमच्याकडे चावी देत कॉमेंट्री चालू, ''संध्याकाळी ती येईल तिला द्या. दरम्यान कुणी आले तर त्यांना तुमच्याकडे बसवून घ्या. आणि हो! चारला नळाला पाणी येईल मी येईनच. समजा आलो नाहीतर फक्त तीनच कळश्या तेवढ्या भरून ठेवा. कदाचित तुमच्याकडे माझ्या नावाने कुणाचा फोन आलाच, तर काका इथे नाहीत, ते परगावी जाऊन चार दिवस झाले, असे सांगा,'' म्हणजे ? ह्यांची कामे करा, कारटे सांभाळा आणि वर खोटेही बोला! असा राग येतो या शेजाऱ्यांचा! स्वत:ला सुशिक्षित - सुसंस्कृत समजणारी ही माणसे कुठून आमच्याच बोकांडी बसली देव जाणे.

आमच्या शेजाऱ्यांचे वागणे, आमच्या सहनशक्तीच्या बाहेर जाते. कधी कधी राग येतो. फाड फाड बोलावे, सगळा राग ओकून टाकावा असे वाटते. पण आमचे आईबाबा शांत. मी एक दिवस वैतागून म्हणालोसुद्धा ''बाबा आपण ही जागा सोडून दुसऱ्या ठिकाणी जाऊया का ?'' त्यावर ते म्हणाले ''बाळ दीपक, अजून तू तसा लहान आहेस.

तुला जगाचा अनुभव नाही आला. अरे यांच्यापेक्षाही भयंकर शेजारी आम्हाला यापूर्वी भेटलेत. त्यांचा धसका घेऊनच आम्ही इथे आलो बरं का? सगळीकडे हीच माणसे. स्वभावाला औषध नाही. दगडापेक्षा वीट मऊ म्हणून सर्व सोशीत जायचे. हल्ली जागा तरी कुठे मिळते म्हणा! सुसरबाई तुझी पाठ मऊ म्हणून दिवस लोटीत जायचे झाले.'' यावर आम्ही गप्प!

आमच्या शेजाऱ्यासारखे शेजारी आणखी कुठे दिसणार नाहीत. त्यांच्या तावडीतून आमची केव्हा सुटका होणार देव जाणे किंवा विमलाकाकू जाणे. तूर्त सर्व सहन करणे एवढेच आमच्या हातात. ''ठेविले अनंते तैसेचि रहावे। चित्ती असो द्यावे समाधान॥'' असेच मनाचे समाधान करून घेतो. असे हे आमचे नको असलेले शेजारी!

◆ ◆ ◆

९. रविवार माझ्या आवडीचा

'बाळ्या ऊठ, सहा वाजले. कॉलेजला जायचेय ना?' आवर लवकर, दिवसभर भरपूर कामं आहेत.' अशा वाक्यांशिवाय ज्या दिवसाचा प्रारंभ होतो, तो रविवार अर्थातच माझ्या आवडीचा दिवस. त्या दिवशी आळसावून सुस्तपणे पडून रहाता येतं म्हणून तो मला आवडतो असं नाही बरं का! तर रविवारी मला माझ्या आवडीच्या अनेक गोष्टी करता येतात म्हणून तो मला आवडतो.

आठवडाभराची साचलेली कामे करायला रविवारचा सुटीचा दिवस मला पुरतही नाही. नव्या वह्या बाजारातून आणायच्या असतात. छत्री दुरुस्त करून घ्यायची असते, जर्नलची आखणी व पुनर्लेखन करायचं असतं, एक ना दोन हजार कामं पण ती - कोणतीही भुणभुण मागे नसल्यानं - आपापल्या आवडी आणि सवडीनुसार करता येतात.

रविवारी माझा तबल्याचा क्लास असतो. संध्याकाळी दोन तास गुरुजींकडे तबला वाजवायला जाण्यासाठी मला तब्बल सहा दिवस वाट पहावी लागते. मग उजाडतो रविवार .... मी एखाद्या रविवारी सकाळी जवळच्या डोंगरावर आरोहण करण्याचीही तयारी करतो. पूर्वी निरोप दिल्याप्रमाणे मित्रमंडळी येतात. सोबत पाण्याची बाटली, बिस्किटपुडे घेऊन आम्ही सहलीचा आनंद लुटतो. गप्पांच्या मैफिली रंगतात. निसर्गाच्या सान्निध्यात मन ताजंतवानं होतं.

दुपारी खास रविवारचा बेत जेवणासाठी असतो. जेवण होईपर्यंत रविवारच्या पुरवण्यांसहित वृत्तपत्रं वाचणं हा माझा आवडीचा छंद आहे. जेवणानंतर अर्धा तास

दूरदर्शनवर आवडीचे कार्यक्रम पहायचीही मला परवानगी असते. कधी कधी आवडीचा कार्यक्रम तासभरही चालतो. सोमवारचा (घरचा) अभ्यास, उद्याची तयारी यांत रविवार-सायंकाळ संपते आणि मग मला आठवण होते ती तबल्याच्या शिकवणीची. रात्रीचे जेवण होईपर्यंत तब्बल दीड-दोन तास मी आवडीनं तबला शिकतो. मनात तबल्याचा ठेका धरूनच मी घरी परततो तेव्हा अर्थातच साऱ्या कुटुंबासाठी एखादा विशेष मनोरंजनाचा कार्यक्रम किंवा भोजनाचा कार्यक्रम आयोजित केलेला असतो. आठवडाभर कामात व्यस्त असणारी आम्ही सगळी मंडळी रविवारी जेवणानंतर खूप गप्पा मारतो. एकमेकांच्या अडचणी जाणून घेऊन उद्याची कामं ठरवतो आणि मग छानपैकी झोपी जातो.

अर्थात झोपेत स्वप्नं पडतात ती पुढच्या रविवारी आपण नागेश्वराच्या डोंगरात भटकंतीसाठी गेलो आहोत, तबल्याच्या क्लासमध्ये गुरुजी आपली पाठ कौतुकानं थोपटत आहेत, याचीच !

◆ ◆ ◆

१०. माझा संस्मरणीय प्रवास – काश्मीर

काश्मीर भारताचे नंदनवन मला बोलावत होते. दहा दिवस आधीपासून आमच्या घरात नुसता गोंधळ माजला होता.

''हँड ग्लोव्हज घ्या.''

''पायात थर्मल सॉक्स असू द्या.''

''ठेपले, चिवडा, चकली...''

नेमकं काय घ्यावं ? काय नको ? तेच कळत नव्हतं. शेवटी एकदाचे सामान भरले गेले. बॅगा तयार होऊन मुकाट दरवाजाजवळ बसल्या आणि आम्ही सुटकेचा नि:श्वास टाकला.

ट्रेनचा प्रवास सुरू झाला. 'जम्मू - तावी' गाडी मुंबई सोडून उत्तरेकडे धावू लागली. ट्रेन मध्ये लोळत पडणे, पत्ते वगैरे खेळणे. मधून, मधून बाहेरचा निसर्ग पाहणं व हे करताना जोडीला सतत काहीतरी खात राहणे असा कार्यक्रम चालू झाला.

शेवटी मजल - दरमजल करीत आम्ही जम्मूला पोचलो. टॅक्सी करून श्रीनगरला म्हणजे स्वर्गाच्या वाटेकडे आम्ही चालू लागलो. बघता बघता ऋतू आमच्या डोळ्यांदेखत कूस बदलू लागला. हवा थंडगार झाली. डोंगरांची हिरवी रांग मागे जाऊन पांढऱ्या टोप्या घातलेले डोंगर सोबत धावू लागले. मध्ये नाष्ट्यासाठी एका ढाब्यावर आम्ही थांबलेलो.

बदामांनी लगडलेल्या झाडाखाली आमची खाट टाकली होती. तिथे पाहिले तेव्हा कळले की ती चेरी व बदामांची बागच आहे.

श्रीनगरला बुकिंग आधीच केले होते. त्यामुळे सरळ गाडी तिथेच नेली. प्रवासाचा शीण उतरेपर्यंत सकाळ आणि मग दुसऱ्या दिवसापासून आम्ही जणू इंद्राच्या दरबारातच होतो. श्रीनगरला प्रचंड मोठा 'दाललेक' विळखा घालून पसरलाय. त्यातील छोटे छोटे शिकारे, मोठ्या हाउसबोटी, कमळाच्या बागा त्या तलावाचे सौंदर्य आणखीन वाढवतात.

पहिल्या दिवशी आम्ही शालीमार गार्डन, निशात बाग, हजरतबाल दर्गा, हरबान बाग इ. गोष्टी पहिल्या. 'शालीमार' व 'निशात' बाग म्हणजे मोगली रइशी जीवनाच्या खुणा जपणाऱ्या वास्तू आहेत. दिल्लीचे तापमान वाढले की मुघल बादशहा आपल्या जनानखान्यासोबत इथे रहायला यायचे. विविध रंगांचे असंख्य गुलाब वेगवेगळ्या प्रकारची, आकारांची फुले यांनी या बागा भरून गेलेल्या आहेत. इथला 'काळा गुलाब' तर जगभर प्रसिद्ध आहे.

संध्याकाळी शिकाऱ्यात बसून संपूर्ण दाललेक आम्ही पालथा घातला. शिकारे म्हणजे सुंदर गाद्या बिद्या टाकून सजवलेल्या छोट्या बोटी तिथल्या गाद्यांवर झोपायचे, झोपत - झोपतच पाण्यात हात टाकायचा आणि पाण्याची ही सफर अक्षरश: जगायची म्हणजे स्वर्गसुखच होय!

रस्त्यात मध्ये कमळांच्या बागा लागतात. मध्येच तळ्यात राहणारे स्थानिक रहिवासी आपल्या छोट्या बोटी घेऊन आले. इथल्या 'शॉपिंगची' गंमत म्हणजे तुम्हाला दुकानात जावे लागत नाही. दुकाने स्वत:च तुमच्या जवळ येतात. आपली बोट तुमच्या बोटीला चिकटवतात. माल दाखवतात. सौदा पटला तर खरेदी करा नाहीतर नव्या गिऱ्हाइकाच्या शोधात दुकाने परत रवाना होतात.

दुसऱ्या दिवशी आम्ही 'सोनमर्ग' ला गेलो. या गावाला shepherd paradise म्हणतात. नागमोडी हिरवेगार रस्ते, मध्ये मध्ये गवत चरणाऱ्या गुबगुबीत मेंढ्या आणि त्यांना वेढून असलेले बर्फाच्छादित डोंगर ही सोनमर्गची ओळख. तिसऱ्या दिवशी आम्ही 'गुलमर्ग' ला गेलो. देवदार, पाइन वृक्षांच्या गच्च झाडीत एक प्रचंड मोठा गवताचा मोठा तुकडा हिरवळीने भरलाय, त्यालाच गुलमर्ग म्हणतात.

डोंगरमाथ्यावर असलेल्या बर्फापर्यंत पोचण्यासाठी तिथे 'रोप वे' आहे. स्थानिक भाषेत त्याला 'गँडाला' म्हणतात. पाइन, देवदार वृक्षांना मागे टाकत टाकत 'रोप वे' मध्ये बसून सरळ डोंगरमाथ्यावर बर्फात उतरणे हा अविस्मरणीय सोहळा आहे. पाकिस्तान आणि भारताच्यामध्ये असलेली Loc अर्थात 'लाइन ऑफ कंट्रोल' इथे पाहायला मिळते.

चौथ्या दिवशी आम्ही युशमर्ग पाहिले. युशमर्गला 'मिनी स्वित्झर्लंड' म्हणतात, ते योग्यच आहे. पाइन व देवदार वृक्षांची गच्च झाडी, त्यात मध्ये मध्ये पसरलेले गवताचे

माळरान व त्यावर चरणारे घोडे हे दृश्य पाहून डोळ्यांचे पारणे फिटते.

यानंतर श्रीनगर सोडून आम्ही पहलगामला गेलो. रस्त्यात दिसणाऱ्या 'मिलिटरी' मुळे मनात थोडी भीती निर्माण होते. पण स्वर्गाच्या या दुसऱ्या दाराने आत प्रवेश केला की सगळी भीती पळून जाते. अत्यंत टुमदार आहे हे छोटेसे शहर आजही काश्मीरचे मूळ सौंदर्य टिकवून आहे. पहलागामच्या वरती 'आस' नावाचे छोटेसे गाव आहे. पाकिस्तानची हद्द इथून पुढे सुरू होते. पण जीवावर एवढे उदार होऊन एकदा का तिथे पोचलो की कुठलाच पश्चात्ताप होत नाही. रंगीबेरंगी फुलांनी भरलेले डोंगर पायाखाली तुडवल्याशिवाय पुढे जाऊच शकत नाही. अशी ही या निसर्गाची जादू!

काश्मीर सोडताना आमचे सगळ्यांचेच पाय जड झाले होते. मृत्यू इथे दहशतवादाच्या रूपात आला तरी मरण स्वीकारायला आम्ही तयार झालो होतो. असा हा भान विसरायला लावणारा निसर्ग ! "हे हिमालया दरवर्षी तुझ्या भेटीला आम्हाला बोलाव" हे त्याला सांगून आम्ही काश्मीरचा निरोप घेतला.

◆ ◆ ◆

११. ऐतिहासिक किल्ल्याची सहल

पुणे जिल्ह्यात टिटेघर हे आमचं गाव. शिवरायांनी स्वराज्य स्थापनेची सोळाव्या वर्षी शपथ घेतली तो रोहिडेश्वर. आमच्या घरामागच्या डोंगरावर होता. त्यामुळे तिथे आमची बाळगोपाळांची जवळपास रोजच सहल होई. पुरंदर, चाकण, तोरणा, रायगड प्रत्येक किल्ल्याच्या गावात माझे नातेवाईक राहतात. त्यामुळे प्रत्येक किल्ल्यात खेळत माझं बालपण गेलं. आठवीनंतर शिकायला मुंबईला आले.

मुंबईच्या शाळेतले एक शिक्षक इतिहास प्रेमी, पर्यावरण दक्षता मंचाचे कार्यकर्ते होते. त्यांनी एकदा आम्हाला सांगितलं की मुंबईमधल्या ऐतिहासिक किल्ल्यांना भेट द्यायची आहे. आम्ही एकमेकींकडे पाहू लागलो. मुंबईत कुठे आहेत किल्ले ? इथे डोंगरदऱ्या काही नाहीत. इथे तर फक्त समुद्रच समुद्र!

ठरल्या दिवशी आम्ही १०-१५ विद्यार्थी विद्यार्थिनी, शिक्षक व काहीजणांच्या पालकांसह बसने शाळेतून निघालो. माहीम चौपाटी इथे अर्धा जमिनीवर अर्धा समुद्रात असलेला माहीमचा किल्ला पहायला निघालो. भव्य गडकोट, बुरुज याची रेलचेल असलेले किल्ले पहायची मला सवय होती. त्यामानाने याला 'गढी' म्हणता येणार नाही. इतका लहान किल्ला. दोन बुरुज दिसतात म्हणून किल्ला म्हणायचं. सरांनी मग किल्ल्याची माहिती

द्यायला सुरुवात केली.

साधारण १५ व्या शतकात महिकावती हे मुंबई बेटांच्या राजधानीचं ठिकाण होतं. हा किल्ला ही त्या राज्याची राजधानी होती. मुंबई ही सात बेटांनी मिळून बनली होती. प्रत्येक बेटावर एकेक किल्ला होता. धारावीत काळा किल्ला, वरळी किल्ला, सायनचा किल्ला, शिवडीचा किल्ला, कुलाबा किल्ला हे त्यापैकी काही किल्ले. ज्या भागाला आज फोर्ट म्हणतात. तेथील किल्ला इंग्रजांनी त्यांच्या राजवटीत भक्कम करून त्यात लष्करी ठाणं बनवलं. इतर किल्ल्यांवर इंग्रज पोर्तुगीज यांनी वेळोवेळी तोफा डागल्या. मुंबईचे मूळ रहिवासी कोळी, आग्री, मांगेले यांचा पाडाव केला.

या किल्ल्यांनी त्याकाळी रक्षणासाठी कसा काय लढा दिला. याचा इतिहास ठाऊक नाही. वर उल्लेख केलेल्या जवळजवळ सगळ्या किल्ल्यांना आम्ही सरांसोबत भेटी दिल्या. प्रत्येक किल्ला ही 'ऐतिहासिक वास्तू' आहे. असं कुठेही जाणवलं नाही. पुरातत्त्व खात्याचा एक फलक बाहेर आहे. पण किल्ल्यांची अतोनात पडझड झालेली आहे. नवीन बांधकामांना परवानगी देता येत नाही हे मान्य पण डागडुजी Restoration तरी करायला हवंच. आत बरीच झोपडपट्टी आहे. त्यांना परवानग्या कशा मिळतात ? सांडपाणी, मलमूत्र सर्व व्यवहार उघड्यावरच चालू आहेत. हे किल्ले म्हणजे चरसी, व्यसनी लुटारू आणि चोरट्या प्रेमिकांचे अड्डे झाले आहेत. अशा बातम्या अधूनमधून वर्तमानपत्रांतून वाचायला मिळतात.

अशा यासुमारे १५ व्या शतकातल्या ऐतिहासिक किल्ल्यांना भेटी दिल्यानंतर मन अभिमानाने नव्हे तर विषादाने भरून आलं. लाज वाटली. मुंबईचा हा ऐतिहासिक ठेवा जपणं हे आपलं प्रत्येक मुंबईकराचं कर्तव्य आहे.

◆ ◆ ◆

---

१२. माझा आवडता कवी - संदीप खरे

शाळेत असताना मला कविता-बिविता कधीच फारशा आवडल्या वगैरे नव्हत्या. त्यामुळे आवडता कवी हा निबंध मी कधीही लिहिण्याची शक्यताच नव्हती. पण...

कॉलेजच्या सोनेरी की गुलाबी विश्वात प्रवेश केला आणि एक कविता अपघातानं कानावर आली पण समर्पक असल्याने मनात रेंगाळत राहिली.

लव्ह लेटर लव्ह लेटर म्हणजे लव्हलेटर असतं
थेट जाऊन बोलण्यापेक्षा इझी आणि बेटर असतं.

पुढची सगळी.... टर..... टर माझ्यासाठी तरी हेडर आणि फूटर होती. हे कवी कोण म्हणून शोधल्यावर कळलं की हे संदीप खरे. खरं म्हणजे तेव्हा 'हा' संदीप खरे. पण मला कळेना याला कवी म्हणायचं की गीतकार? कारण 'अग्गोबाई ढग्गोबाई' मधली गाणी सगळी तोंडपाठ होती.

पप्पाचा ढापून फोन
फोन केले एकशेदोन

ही तर माझी स्वत:चीच स्टोरी. स्टोरी लिहिलं म्हणून रागावू नका हं! संदीप खरे अगदी आमच्या भाषेत इंग्लिश भाषेत लिहितात. या गाण्यात मुलगा देवबाप्पाला सांगतो की, आप्पांना पाठवून दे. आमची गोष्ट अर्धीच राहिल्येय आणि देवबाप्पा म्हणतो राँग नंबर.... तेव्हा देवबाप्पाचा खूप राग आला होता.

या लव्हलेटरवाल्या कवीची खूणगाठ पटल्यावर मी एकदा त्यांच्या कार्यक्रमाला गेलो. 'आयुष्यावर बोलू काही' हा कार्यक्रम. असल्या काव्यवाचन वगैरे कार्यक्रमाला मी 'सलील कुलकर्णी' या माझ्या एका आवडत्या गायक संगीतकारासाठी गेलो होतो. पाहतो तर सभागृह तुडुंब भरलेलं. अगदी हाऊसफुल्ल. त्यावेळी 'नास्तिक' कविता फार आवडली. 'मांजर' कविता ऐकताना वाटलं हे असं आपल्याला का नाही कधी सुचत? त्यांच्या काही कविता गायल्या होत्या. पण मला वाटतं कविता त्यांच्या तोंडून ऐकतानाच मजा येते. 'दमलेल्या बापाच्या कहाणीने' इतिहास घडवला. सभागृहातला प्रत्येक जण त्या विश्वात जातो. ही संवेदनशीलता शब्दात येते तरी कुठून?

मला कवी म्हणजे काय हे थोडंसंतरी समजलं नाहीतर त्यापूर्वी वाटायचं की कविता काय कोणीपण करू शकतं.

मी त्यांची 'सफरचंद' कविता वाचली. त्याच्यामध्ये गुरुत्व, ऊर्जा रूपांतरण वगैरे आमचे फिजिक्समधले शब्द होते. मी पुन्हा चक्रावून गेलो. हा संदीप खरे शिकलाय तरी काय? तो इंजिनियर आहे समजल्यावर तर तो माझं दैवतच झालाय. कारण मला ही पुढे इंजिनियरच व्हायचे आहे.

मला कविता वगैरे करता येत नाही. पण संदीप खरेमुळे मी कविता वाचतो-ऐकतो. पूर्वी शाळेत असताना निबंधाच्या पुस्तकात निबंध होता आवडता. कवी - मंगेश पाडगावकर. तर या पाडगावकरांची एक प्रसिद्ध कविता 'प्रेम'

प्रेम म्हणजे प्रेम म्हणजे प्रेम असतं.
तुमचं आणि आमचं सेम असतं.

पाहिलंत, प्रेमात किती ताकद असते ते? मला संदीप खरे या कवीची ओळख

'लव्हलेटर' कवितेमुळे झाली. त्या निबंधवाल्या महोदयांना 'प्रेम' कवितेमुळे पाडगावकर आवडू लागले असतील. माझ्या वाढदिवसाला मला. संदीप खरे लिखित 'मौनांची भाषांतरे' हा काव्यसंग्रह भेट मिळालाय.

कसे सरतील 'सये' माझ्याविन दिस तुझे
आणि सांग सलतील ना!
गुलाबाची फुले दोन, रोज राती डोळ्यांवर
मुस्मुमुस्तु पाणी सांग. भरतील ना, भरतील ना

हे संदीप खरेचं 'दिवस असे की' सीडीमधलं गाणं आम्हा मित्रमंडळींत सॉलिड फेमस आहे. खोटं नाही खरे शप्पथ!

◆ ◆ ◆

१३. आकाशी झेप घे रे पाखरा

आकाशी झेप घे रे पाखरा।
सोडी सोन्याचा पिंजरा॥

जगदीश खेबुडकरांचे हे गीत मी लहान असताना ऐकायचो. तेव्हा वाटायचं की गाण्यात काहीतरी चुकलंय. सोन्याचा पिंजरा कसा असेल ? नंतर 'आराम हराम आहे.' चित्रपट पाहिला तेव्हा तर गाण्याच्या चित्रीकरणात पोपट ही नव्हता नि पिंजराही नव्हता. जेव्हा रूपक अलंकर शिकवायला बाईंनी सुरुवात केली, तेव्हा लख्खकन् गीताचा संपूर्ण अर्थबोध झाला.

या मोहमायारूपी प्रलोभनांचा पिंजरा तोड आणि स्वतंत्रपणे जगात स्वत:चं सामर्थ्य आजमावून पहा. असा अत्यंत प्रेरणादायी संदेश हे शब्द देतात. बारावीचं मराठीचं पाठ्यपुस्तक पाहताना मला पुन्हा एकदा 'आकाशी झेप घे रे पाखरा' या ओळी आठवल्या. पुस्तकाच्या मुखपृष्ठावर पृथ्वी सोडून आकाशात झेप घेणाऱ्या गरुडाचे चित्र रेखाटलेले आहे.

खरंच आम्ही बारावीमधली मुलं अशीच आहोत. स्वत:च्या पंखात ताकद भरण्याचं हेच आमचं वय. ज्ञान, शिक्षण यांची शिदोरी घेऊन जगाचा अनुभव घ्यायला निघायचं. पक्षाला नुसतेच पंख असून चालत नाही. त्या पंखात झेप घेण्याची शक्ती हवी. नुसतीच शक्ती असून चालत नाही. त्याला आत्मविश्वास असला पाहिजे की Yes I can fly.

मला वाटतं मनाची शक्ती ही माणसाची सर्वात मोठी ताकद आहे आणि ही शक्ती हरवणं हा माणसांचा सर्वात मोठा दोष आहे. मनात आत्मविश्वास कमावूनच 'तारानाथ शेणॉय हा मूकबधिर मुलगा इंग्लिश खाडी पोहू शकला आणि शिडाच्या जहाजातून पृथ्वीप्रदक्षिणा करू शकला. कॅन्सरवर मात करून लान्स आर्मस्ट्रॉंग हा जागतिक कीर्तीचा सायकलपटू होऊ शकला.

जन्मत: अंध असणारी मनस्विनी नावाची अंध मुलगी बालश्री पुरस्कार विजेती ठरली. आज अनेक अपंग मुलेमुली विविध स्पर्धात भाग घेतात. आनंदवनातील 'स्वरानंदवन' वाद्यवृंद्यातील गायक-वादक मुलेमुली सर्वत्र आत्मविश्वासानं वावरतात. आपल्याभोवतीचे बिच्चारेपणाचे सगळे पिंजरे त्यांनी तोडले आहेत. कुणाच्या दयेवर अवलंबून राहणे त्यांना नको आहे. सोळाव्या वर्षी पॅराप्लेजिया होऊन कमरेखालचे शरीर पूर्णपणे तुळे पडल्यावरही नसिमा उर्झूक यांचे जीवन बाणेदार व दुसऱ्याला स्फूर्ती देणारे आहे. त्या अनेक अपंग मुलींसाठी प्रेरणास्थान आहेत. अपंगांनी समाजाच्या दयेवर उपेक्षित जीवन जगण्याची चौकट त्यांनी मोडली आणि शब्दश: झेप घेतली.

मस्क्युलर डिस्ट्रॉफी या असाध्य रोगाने शरीर ग्रासल्यानंतरही स्टीफन हॉकिंग यांनी त्रिकालवेधी संशोधन केले आहे. त्यांच्या बुद्धीची झेप आपली नजरही पोचणार नाही एवढी उत्तुंग आहे.

अन्न, वस्त्र, निवारा या प्राथमिक गरजा पूर्ण झाल्यानंतरही माणूस 'अधिक हवे' साठी सतत प्रयत्नशील असतो. खूप पैसा, खूप श्रीमंती, खूप सुख असं एक पक्कं समीकरण त्याच्या मनात असतं. परदेशात जाऊन खूप पैसा कमवला म्हणजे जीवनाची सार्थकता झाली असं त्याला वाटतं पण....

राजपुत्र सिद्धार्थ यांनी या जगातील संपत्तीचे सर्वमोहमयी पाश तोडले ते नि:संग झाले; गौतम बुद्ध झाले. The monk who sold his Ferrari वाचताना असाच अनुभव येतो. शेवटी आयुष्य म्हणजे तरी काय ? या सुंदर देहाचा त्याग करून प्राणपक्षाचे अंतराळात झेपावणे नाही का ?

◆ ◆ ◆

आ) आत्मकथनात्मक / कल्पनात्मक

१४. वर्तमानपत्राचे आत्मवृत्त

मी आहे वर्तमानपत्र. नुसतच पत्र नव्हे मित्र. मी असतो निर्भीड, सच्चा. मी असतो नेहमीच ताजा. कारण मी जुना, शिळा झालो की माझी तुमच्या लेखी ओळखच बदलून जाते. तेव्हा मग मला म्हणतात रद्दी. अं हं, हं... वाईट वाटून घेऊ नकोस त्याबद्दल कारण....

कारण रद्दी होण्याआधीच माझं काम मी चोख बजावलेलं असतं. बातम्या देण्याचं काम मी प्रात:काळी तुम्ही लोक उठल्या उठल्याच पार पाडतो. सकाळी उठल्या उठल्या तोंडात ब्रश सरकवण्यापूर्वी तुम्हाला मी हवा असतो. बाबा, आई, दादा सर्वांना मी अगदी पहिल्यांदा हाती पडावा असं वाटत असतं. मग तुम्ही सामंजस्यानं माझी पानं-पुरवण्या वाटून घेता, कधी (दूरदर्शनवरच्या जाहिरातीत दाखवल्याप्रमाणे) फाडून घेता आणि आलटून-पालटून चहाच्या वाफाळत्या कपासोबत गरम-गरम ताज्या बातम्यांचा आस्वाद घेता. क्रीडाविश्वाच्या पानावरील तुझ्या आराध्य दैवतांचे फोटो पाहण्यात तू दंग होतोस. त्यांची कामगिरी दूरदर्शनवर तू पाहिलेली असतेस तरीही तुझा वर्तमानपत्रावर खासच विश्वास! तो विश्वास बहुतेक वेळा मी सार्थ ठरवतो. तुझ्या दूरदर्शनवर फक्त क्रिकेट आणि फुटबॉल यांच्या आंतर्देशीय सामन्याबद्दलच फक्त पाहता येतं. पण मी राज्यातले, तालुक्यातले छोटे-मोठे स्पोर्टस् क्लब, क्रीडा मंडळ यांच्या कार्याचं समालोचन देतोच. पण कबड्डी, खो-खो, शरीर सौष्ठव, कुस्ती अशा देशी खेळांबाबतच्या ताज्या घडामोडी सांगतो. बाबा, दादा राजकारणातील बातम्यांचा अगदी नीट समाचार घेतात आणि मग म्हणतात 'काय रोज तेच ते आणि तेच ते' पण दुसऱ्या दिवशी उठून पुन्हा माझी आतुरतेनं वाट पाहणं आहेच. वर्षातून फक्त तीनच दिवस मी सुट्टी घेतो. पण तुम्हाला तेवढा विरहदेखील सहन होत नाही. तुम्ही आदल्या दिवशी दुसरीच दोन वर्तमानपत्रे आणून ठेवता. काही माणसांना एकच वर्तमानपत्र घेऊन चैन पडत नाही. ते २-३ वर्तमानपत्र विकत घेऊन येतात. तर काही मंडळी शेजारची वर्तमानपत्रे लांबवण्यातच धन्यता मानतात. सार्वजनिक वाचनालयात वर्तमानपत्र वाचता-वाचता गप्पा ऐकताना खरी मजा येते.

वर्तमानपत्रांची भाषा वेगवेगळी असेल पण आमच्या धर्म एकच - 'भोवती, देशविदेशात घडणाऱ्या ताज्या घडामोडींचे ज्ञान देणे आणि समाज प्रबोधन करणे.' पण आमची व्यक्तिमत्त्व माणसांइतकीच वेगवेगळी आहेत. कुणी आहेत मवाळ, तर कुणी आक्रमक. कुणी जहाल तर कुणी जळजळीत.

लोकमान्य टिळकांनी त्यांच्या केसरी व मराठा वर्तमानपत्रातून जळजळीत अग्रलेख लिहून ब्रिटिश सरकारला जेरीस आणले व लोकांमध्ये जागृती निर्माण केली. बाळशास्त्री जांभेकरांनी 'दर्पण' नावाचे पहिले वर्तमानपत्र काढले. त्यानंतर हिंदू, क्रोनिकल अशा वर्तमानपत्रांनी ब्रिटिश सरकारचे जुलूम जनतेसमोर आणले. ब्रिटिशांनी वेळोवेळी वर्तमानपत्रांवर बंदी घातली. पण...

पण स्वतंत्र भारतात त्यातून पुरोगामी महाराष्ट्रात जेव्हा वर्तमानपत्रांची होळी केली जाते. तेव्हा मला खरोखरच वाईट वाटतं. मी म्हणजे बांबूच्या लगद्यापासून बनवलेला एक जाडाभरडा कागद. स्वतःच्या शरीरावर छापखान्यात काय काय ती काळी अक्षर माखून घेतो. प्रेसमध्ये आम्ही शब्दशः 'प्रेस' होतो, तेव्हा वाईट वाटत नाही. पण जेव्हा छापलेले विचार तुम्हांला पसंत पडत नाहीत आणि तुम्ही वर्तमानपत्र फाडता जाळता तेव्हा खरोखर अंगाची लाही लाही होते.

मतस्वातंत्र्य हा तर माझ्या निर्मितीचा कणा आहे.

मित्रा, मित्रावर प्रेम कराच. पण त्याचा आदरही जरूर करा. मी तुमचाच आहे. प्रत्येक घराचा आणि घरातील प्रत्येकाचा. उद्या भेटूच!

◆ ◆ ◆

१५. मी भारत देश बोलतोय.....

''हॅलो, मी भारत बोलतोय. खुपते तेथे गुप्ते कार्यक्रमामधून मला फोन लावल्याबद्दल मी तुझा फार फार आभारी आहे. मी भारतच बोलतोय. काय? तुला इंडियाबरोबर बोलायचं आहे? अरे मी भारत म्हणजेच इंडिया म्हणजेच पूर्वीचा हिंदुस्थान! अरे तू चक्रावून गेलेला दिसतोयस. थांब नीट ऐक आता माझं. कारण मला बोलायची अशी संधी मिळत नाही.

मला हजारो वर्षांपूर्वीपासून हिंदुस्थान म्हणायचे. तेव्हा मी फार विशाल समृद्ध होतो. अत्यंत प्रगत अशी संस्कृती माझ्या प्रदेशात फुलत फळत होती. तेव्हा देखील वेगवेगळ्या भाषा, लोकरीती मी आत्मीयतेने पाहत असे. सारी वनराजी, पशुपक्षी, मंदिरे, गोपुरे, लेणी, शिल्पे अशा कित्येक चमत्कृतींचे साज माझ्या अंगावर चढत होते. माणसं एकमेकांशी भांडत. युद्ध करत. पण माझ्या लेखी ते भावंडांचे लुटुपुटुचे भांडण होते. मी मोठा की तू अशा प्रकारचे. मी पहिले युद्ध पाहिले ते महाभारत. त्यावेळी मी पुरता दुःखी झालो. कौरव पांडव युद्ध हे भांडण नव्हते तो वंशनाश करण्यासाठी झालेला सर्वनाश होता. पण वाईटातून काही चांगले निघते म्हणतात ना, कुरुक्षेत्रावर भगवान श्रीकृष्णाने

अर्जुनाला गीता सांगितली जिच्यामुळे हिंदूची बुद्धी आजही थोडी ठिकाणावर राहू शकते.

यानंतर मी जैन, बुद्ध सर्वांचा जन्म पाहिला. सर्व विच रांचे लालन-पालन केले. पण जेव्हा हूण, शक, चेंगीझखान, तैमूरलंग, अल्लादिन खिलजी यांनी आक्रमण केले. तेव्हा माझ्या देहाची शकलं शकलं होऊ लागली. माझ्या हिंदुस्थानातील तेजस्वी सुपुत्रांचे इतके लाड केले होते की, हे सुपुत्र (?) त्यांची अस्मिताच हरवून बसलेले मला दिसले. प्राचीन इतिहासाचे गोडवे गाण्यात ते मश्गुल होते. ईश्वरभक्ती योगसाधना म्हणजेच मोक्षप्राप्ती अशी चुकीची शिकवण यांना कोणी दिली ? तरी बरं, ज्ञानेश्वर, एकनाथ, तुकाराम, रामदास कबीर, सूरदास, गुरू गोविंदसिंह असे लढवय्ये संत लोकांना जागृत करत होते. राणा प्रताप, शिवाजीराजे, हरिहर बुक्क, रणजितसिंह, हे माझे खरे वीर सुपुत्र. यांनी माझं माझ्या सीमांचं रक्षण केलं.

ब्रिटिशांनी हिंदुस्थानचं नाव पहिल्यांदा इंडिया (India) असं केलं. आज माझ्या वीर स्वातंत्र्यसंग्रामातील लढवय्या सुपुत्रांनी ब्रिटिशांच्या तावडीतून मला मुक्त केलं पण तुम्ही ?

तुम्ही आज 'इंडिया'ला आपलंसं केलं आहे. शहरात राहणारा, इंग्रजाळलेला, ग्लोबल जगाची ओळख झालेला चमचमता स्टायलिश इंडिया तुम्हाला आपलासा वाटतो. जगापुढे तुम्ही याच इंडियाला दाखवायला नेता. हे बघ, मला जे खुपतंय ते हेच.

मी हिंदुस्थान पूर्वी मोठा होतो. आकाराने, संस्काराने, बुद्धिवैभवानेसुद्धा जगात मोठा होतो. फाळणीनंतर आता मी लहान झालोय. आकारानं लहान झालोय. आमची लोकं म्हणे युद्ध जिंकतात पण तहात हरतात. खुपणारी दुसरी गोष्ट म्हणजे तुझं देशप्रेम आटतयं असा मला संशय येतोय. आता तुला हिंदू म्हणून घ्यायला आवडत नाहीये. भारतीय म्हणून घ्यायलाही लाज वाटतेय. तू बहुधा पक्का इंडियन झाला आहेस. रेड इंडियन की वेस्ट इंडियन की ईस्ट इंडियन ते तुझं तूच ठरव.

पण एक लक्षात ठेव. आलास तर तुझ्यासह नाहीतर तुझ्याशिवाय मी भारत जगात महासत्ता बनणारच. माझ्या असीम तांत्रिक, वैज्ञानिक, आत्मिक, आध्यात्मिक शक्तीवर माझा पूर्ण विश्वास आहे. माझे समाजसेवक, वैज्ञानिक, जवान, किसान माझं समर्थपणे रक्षण करतील. आज परदेशात असलेले माझे सुपुत्र पुनश्च परत येतील त्यांच्या ओठी गाणे असेल.

नभी नक्षत्रे बहुत एक परी प्यारा। मज भरतभूमीचा तारा

◆ ◆ ◆

१६. गवत फुलाचे मनोगत

गवत फुला रे गवत फुला
असा कसा रे मला लागला
सांग तुझा रे तुझा लळा.....

खरंच का रे तुला माझा लळा लागला? इतका की मित्रांना सोडून माझ्या रंगरूपाचा तुला मोह पडला. मी फुलाच्या जातकुळीतलं फुल असलो तरी मी त्यांच्यासारखा 'खास' नाही. मला 'गवत फुलं' म्हणून ओळखलं जातं. दूर माळरानावर, शेताच्या कडेला, दरी डोंगऱ्याच्या पायथ्याशी आम्ही फुलतो. जसं माणसानं चातुर्वर्ण्य व्यवस्थेत विभागलं ना तस्स.... निसर्गानं केलं आम्हाला माणसांच्या वस्तीपासून दूर. आमच्यातली काही फुलं झाली देवी-देवतांना प्रिय. तर काही नाजुक चणीची आणि मादक-मोह वासांची फुलं गेली स्त्रियांच्या केसात. फुलाचा 'राजा' होण्याचा मान पटकावला 'गुलाबाने' तर 'राष्ट्रीय फुलांचा' दर्जा मिळवला 'कमळाने', ज्याचं त्याचं नशीब! एखाद्या स्वयंभू पिंडीप्रमाणे आम्ही विराजतो दगड-धोंड्याचा सहवासात. झुळझुळ वाहाणाऱ्या झऱ्याचा आवाज, उनाड वाऱ्याच्या टपल्या खात. आभाळातल्या बाप्पाच्या छायेखाली वाढत असतो जोमाने. माणसांना आमचं अस्तित्वसुद्धा नसते ठाऊक. साधारण गणपतीच्या महिन्यात पुंजक्या-पुंजक्याने कधी एक एकटे फुलत असतो आम्ही. जितके रंग आकर्षक असतात ना तितका गंध नसतो. माणसांना आवडणारा म्हणून आम्ही राहिलो तुमच्या दुनियेत उपेक्षित. पण रंगीबेरंगी फुलपाखरांनी, किटकांनी मात्र आमच्याशी दोस्ती जोडली. मधमाशा देखील येतात त्यांचा गंध न्यायला आणि गुणगुणत असतात बरंच काही. शहरात म्हणे माणसांची वस्ती इतकी वाढली आहे की तो आता घर बांधण्यासाठी निवडणार आहे माळराने आणि मैदाने. माणसाने त्यांची हाव मर्यादित ठेवली नाही तर तो स्वत: सोबत निसर्गाचाही ऱ्हास करेल एक दिवस. कारण ज्यांना तुम्ही तुमच्यात सामावून नाही घेतले ते सगळे प्रतिकूल परिस्थितीत डागत आहेत त्यांच्यावर तुम्ही आक्रमण करण्याचा विचार करता.....

विज्ञानाचा शोध प्लास्टिकच्या पाना-फुलातून फक्त जाऊ लागला आणि निसर्गाला एक हादरा बसला. खऱ्या फुलांच्या कुंड्यांऐवजी कायमस्वरूपी प्लास्टिकची झाडं लोकप्रिय झाली अगदी वेली सुद्धा, गवत आणि हिरवळ देखील. नावडत्या गवत फुलांची नक्कल करण्याची इच्छा मनुष्याला झाली नाही हे एका दृष्टीने बरेच झाले. निदान आमच्या नैसर्गिकतेवर घाला तरी पडला नाही. नाहीतर उद्या 'गवत फुला' च्या 'पेटंट'वरून दोन

बलाढ्य देशात संघर्ष, या बातम्यांनी वर्तमानपत्र भरलेले पहायला मिळाले असते. मला मनुष्य स्वभावाचे नेहमीच कुतूहल वाटते. त्याला जितके मिळते त्यावर तो खूष नसतोच. आणखीन मिळवण्याच्या नादात दुसऱ्यांचेही सुख हिरावून घेत असतो. कधी कधी जाणीवपूर्वक गावकुसाबाहेर टाकलेल्या माणसांसारखे आमचे मन आक्रोशत असते, म्हणून आम्ही कधी निसर्गाच्या विरोधात गेलो नाही. तर परिस्थितीशी जुळवून घेतलं.

बरेचदा मेंढपाळ, गुराखी, भटके, फिरस्ते येतात या माळरानांवर, कधी कधी वस्तीलाही राहतात. त्यांचा तंबू उभारताना गवतासकट आम्हालाही उपटून टाकतात ते दूरवर पण तो असतो जगण्याचा भाग. शहरातल्या माणसांसारखी वखवख नसते त्यांच्या कृतीत. बरेचदा मैदानात कार्यक्रमासाठी तुम्ही खांब उभारता, खेळासाठी गवत कापून टाकता त्यात गवत फुलांचाही मृत्यू होत असतो. पायदळी, वाहनांखाली तर कित्येकदा चिरडता तुम्ही आम्हाला. आम्ही काही म्हणतो ? पण जेव्हा तुम्ही आमच्या हक्कावर गदा आणता कायम स्वरूपी बांधकाम करून तेव्हा मात्र हतबल होतो आम्ही.

ऑसम !!! इटस् नॅचरल.... वॉव !!! म्हणत त्या दिवशी काही मुला-मुलींनी फेर धरला होता आमच्या भोवती. किती भरभरून बोलत होती ती मुलं आमच्यातल्या नैसर्गिक गुणांबाबत. त्यावेळी तो शहरातला माणूस धुरकट होत गेला होता माझ्या मनातनं.....

मलाही वाटते लहान होऊनी
तुझ्या होऊनी लहान रे.....
तुझ्या संगी सदा रहावे
विसरून शाळा घर सारे.....

या ओळींनी फेर धरला होता. माझ्या मनात संध्याकाळ झाली मित्रा ! दोस्त मंडळी परततील घराकडं. निघायला हवं मला !

◆ ◆ ◆

१७. मुंबईची कैफियत

'वन्स वॉज बॉम्बे' ये 'बॉम्बे' नव्हे 'मुंबई' अरे पण कोणी दिला तुम्हाला अधिकार हे सगळं ठरविण्याचा? न झोपणारी मुंबई म्हणून जिची जगाला ओळख आहे तिला आज आपली कैफियत मांडावी लागत आहे ?

सात बेटानी बनलेल्या मुंबईवर 'मुंबादेवी'ची कृपा आहे आणि तिच्या आश्रयाला आलेल्या सगळ्यावर 'मुंबई'ची छत्रछाया आहे. गिरग्या होत्या इथे तेव्हा सोन्याच्या धूर

निघत होता या शहरातून. आता मनुष्याच्या खिशाला न परवडणारे बाजार झालेत त्या जागेवर. वाढलेल्या लोंढ्यासाठी आकाशाच्या पोटात नाक खुपसणाऱ्या इमारती बांधल्या आहेत या शहरात. अत्यंत आधुनिक शहराचा कुणी केला बोजवारा ? इथल्या राजकारणी मंडळीनी? गुन्हेगारी जगताने ? सोनं देणाऱ्या या शहराचं रूपांतर प्रेताच्या शहरामध्ये कधी झालं ? यापुढे या शहराला काही आशा आहेत का ?

मुंबई म्हणजे कपट आणि सद्वर्तन याचं मिश्रण होतं. भाषा, जात, प्रांत, धर्म, आर्थिक स्तर यांच्या नावाखाली तिचे तुकडे होईपर्यंत.

मुंबई नगरी बडी बाका
जशी रावणाची दुसरी लंका।

मुंबईचं रूप मोहमयी होत. ज्याला आधार हवा त्याला आधार दिला. ज्याला पैसा हवा त्याला कमवायच्या संधी मिळवून दिल्या. पण आज या मंडळीनीच माझ्या क्षमतेचा विचार न करता चारही बाजूनी मला पिंजून टाकलं आहे. वैचारिक प्रदूषण, ध्वनी प्रदूषण, वातावरण प्रदूषण, बेशिस्त, घाणीचं साम्राज्य यांनी त्रस्त केलयं. 'रेल्वे' जिला मुंबईची Life Line म्हणतात. तिला आतंकवादाचे धक्के दिलेत. दहशतीच्या वातावरणाने माझे समुद्रकिनारे सुद्धा सुरक्षित ठेवले नाहीत. बिल्डर, अंडरवर्ल्डमध्ये काम करणाऱ्यांनी सुन्न केलयं माझं डोकं. प्लास्टिकच्या कचऱ्यांनी तोंड दाबून बुक्याचा मार मला सहन करावा लागतोय. साफसफाईच्या नावाखाली रॅली काढली जाते, कोट्यवधी रूपये खर्च करून परदेश दौरे आखले जातात. मुंबईच्या सुशोभीकरणासाठी. (सगळे 'प्लॅन' कागदावरच राहतात.) भ्रष्टाचार शाळेत प्रवेश घेण्यापासून सुरू होतो तो मनुष्याच्या अंतिम क्षणापर्यंत.

ये है बंबईनगरीया
तू देख बबुवा!

म्हणत, नाचत अनेक परप्रांतीय दाखल झाले. कुणी नशीब अजमावायला, कुणी हुन्नर दाखवायला. मग परत जायचं नावच नाही.

'ही एक मुंगी ती एक मुंगी' सारखी गर्दी वाढत गेली. माझ्या मूळ सौंदर्याला बाधा आली. नुतनीकरणाच्या नावाखाली 'हेरीटेज' नष्ट होऊ लागले. जागेचे भाव चढ्या भावाने तोलले जाऊ लागले. स्थानिकांनी नव्हे तर परकीयांनी 'इनव्हेस्टमेंट' केली. 'मुंबई विकली' असाही आरोप जबाबदार व्यक्ती एकमेकांवर करू लागल्या. झोपडपट्टीचे सर्वात मोठे आशिया खंडातील धारावी शहर मुंबईत आहे. असा डंका जगात वाजू लागला. या सगळ्या बदनामीने माझं पूर्वीचं रूप कधी अंधारलं तेच कळलं नाही.

'बॉलीवुड' मुंबईच आकर्षण. जगात 'बॉलीवुड' ने आपली ओळख निर्माण

केली इथली 'स्टार' मंडळी बलाढ्य देशात नावारूपाला आली. मुंबई चर्चेत आली. हिंदु-मुसलमानांच्या दंग्यावर सिनेमे आले. मुंबईची दारिद्र्यता मुंबईचे समाजजीवन दाखवणारी, संस्कार, संस्कृती प्रकट करणारी प्रदर्शने, साहित्य, नाटके, चित्रपट जगभर नावाजले. कला-संस्कृतीचा सुंदर संगम म्हणजे मुंबई. मुंबई हे एक बेट आहे आणि राज्यात किंवा देशात इतरत्र जे घडते त्याचे वारे या बेटाला लागत नाही. असा नेहमीचा माझा लौकिक होता. पण आता त्याला काळिमा लागला. अठरा पगड जाती-धर्मांचे रहाणारे लोकं एकमेकांच्या सुख-दुःखात सहभागी असतात म्हणणाऱ्यांची तोंडे बंद झाली. प्रत्येक जण स्वतःच विचार करू लागला आणि मुंबईची उतरण सुरू झाली.

'क्रिकेट' आणि मुंबई, एक मस्त केमिस्ट्री बनलीय. क्रिकेटचा बादशाहा सचिन तेंडुलकर याच शहराचा. किंबहुना सर्व खेळांची पंढरी 'मुंबई'चं. अगदी 'गोविंदा पथका'ची जागतिक ओळख सुद्धा 'मी'च. 'ड्रीम मेरेथॉन' स्पर्धेत भाग घेण्यासाठी सगळ्या दुनियेचे डोळे लागलेले असतात. 'मुंबई शहराकडे', 'मुंबईचा डबेवाला' सुद्धा इव्हेंट मॅनेजमेंटचे धडे द्यायला पोहचला साता समुद्रापार. मुंबईच्या गर्दीचं, तिथल्या व्यवस्थेचं 'स्पिरीट' च वेगळं म्हणून इथं येणारा, मुंबईबद्दल 'बॉम्बे मेरी जान' म्हणतो.

◆ ◆ ◆

१८. वृद्धाश्रमातील वृद्धाचे मनोगत

"मी माधव साने. या स्नेहमंदिर वृद्धाश्रमामधील एक आजोबा. आमचा हा वृद्धाश्रम गोव्यामध्ये फोंड्याजवळ बांदिवडे गावात आहे. मी इथे राहतो म्हणजे माझे कुणीही नाही असा तुमचा काहीतरी गैरसमज व्हायचा; पण मला दोन कर्तीसवरती मुले आहेत. माझा थोरला परदेशात संसार थाटून आहे. मला तिथे बोलावतो पण या वयात आपला देश, ही माती सोडून जाण्यास मनच तयार होत नाही. धाकटा एका नामांकित कंपनीमध्ये उच्चपदस्थ आहे. सूनबाईदेखील अधिकारी आहे. त्यामुळे सुटण्याच्या वेळेचे बंधन नसलेल्या या नोकऱ्यांमध्ये त्यांना भरपूर पैसा मिळतो पण माझ्यासाठी द्यायला पैसा असला तरी वेळ नाही. बंदिस्त फ्लॅटमध्ये मुलगा, सून नोकरीवर गेल्यावर आणि नातवंडे शाळेत, क्लासमध्ये गेल्यावर टीव्हीवरील न संपणाऱ्या मालिका पाहात राहायचे. मध्येच डोअरबेल वाजली की कोणी आपला खून करणारा कोणाचा तरी युनिफॉर्म घालून आला नसेल ना या भीतीने पीपहोलमधून अंदाज घ्यायचा आणि वेळ घालवायचा. त्यापेक्षा सणसमारंभ, अडीअडचणीत एकत्र पण इतरवेळी स्वतंत्र असण्यासाठी मी या वृद्धाश्रमात दाखल झालो."

खरे तर वृद्धाश्रम म्हटला की, बऱ्याच अंशी बंधने असलेली राहण्याची व्यवस्था डोळ्यांपुढे येते. या शब्दाबरोबर एक अपरिहार्यतेची भावना निर्माण होते आणि मग आपोआप वृद्धाश्रमाचे नकारात्मक चित्र उभे राहते. पण वृद्धाश्रम ही वृद्धांचा सांभाळ करणारी संस्था हा विचार मागे पडून निवास, भोजन, वैद्यकीय सोयी, यांसारख्या विशेषत: वृद्धांसाठी आवश्यक असणाऱ्या सेवा उपलब्ध करून देणारी अशी संस्था आहे की ज्यामुळे वृद्धांना आवश्यक असणारी सुरक्षितता आणि मानसिक शांतता मिळते.

'जन पळभर म्हणतिल हाय हाय' ही कविता शिकूनही त्यातील मर्म आचरणात आणता येत नाही. वार्धक्य ही निश्चितपणे प्रत्येकाच्या आयुष्यात येणारी एक पायरी आहे. तिला अडखळण्यापेक्षा, प्रत्येक तरुण व्यक्तीने आपला उपदेश मानलाच पाहिजे असा आग्रह धरण्यापेक्षा आपण अलिप्त राहणे शहाणपणाचे, यालाच प्राचीन भारतीय संस्कृतीमध्ये 'वानप्रस्थाश्रम' म्हणतात आणि संस्कृतिप्रेमी मंडळींनी त्याचे आचरण करण्यासाठी आधुनिक वनात म्हणजे खास वृद्धांसाठी निर्माण झालेल्या वसाहतीत राहण्याचा पर्याय शोधायला हवा. ज्याप्रमाणे बालकांसाठी अंगणवाडी, पाळणाघरे अशा सुविधा निर्माण झाल्या त्याप्रमाणे वृद्धांच्या वाढत्या संख्येसाठी वृद्धसदने, शुश्रूषागृहे, अंथरुणाला खिळलेल्या वृद्धांसाठी परिचर्यागृहे ही काळाची गरज आहे.

पूर्वी एक काळ असा होता की, घरातल्या वयस्क माणसाचं स्थान जनरीतीमुळे अबाधित होतं. त्यांचं करणं, त्यांना विचारणं, त्यांच्या मताप्रमाणेच चालणं हे आपोआप होत असे. हात-पाय थकले तरी मनानं जगणं होतं. आता तुमचं आम्ही करतो असं म्हणणारी पुढची पिढी कर्तेपण अंगावर घेत होती. अगदी अलीकडेपर्यंत माणसे निवृत्त होताना आता माझी जबाबदारी संपली. पुढचं मुलांनी बघायचं, ते ठेवतील तसे आम्ही राहू असे म्हणून निवांत मोकळी होत होती, होऊ शकत होती. सर्वसाधारणपणे नोकरदार माणूस निवृत्तिवेतनावर जगण्यापेक्षा मुलांच्या खांद्यावर भिस्त टाकत होता. 'घरातल्या' बायकांनी मुलांना मोठ्यांची बूज राखायला, त्यांचे मन राखायला ते कठीण गेले तरी एका मर्यादेपर्यंत शिकवलं होतं. पण हे शिकवणं तोकडं पडलं कारण आपापलं वेगळं घर केलेली मुलं आणि त्यांची मुलं ही चौकोनी कुटुंब विस्ताराने कमी झाली होती. 'मी काही केलं तर आजीला किंवा आजोबांना काय करायचंय?' हा प्रश्न विचारणारी चिमुकली बालके कोणत्याही वयाची असली तरी त्या प्रश्नातच जगण्याच्या रीतीतून आलेला दुरावा आहे.

वाढलेले वय आणि घट्ट झालेल्या एकूण सवयी यांच्यामुळे मुलांचा दंगा पसारा, त्यांचे बदललेले शिक्षणाचे माध्यम, एकूण वाढलेली सामाजिक सरमिसळ हे सगळं निवांतपणाच्या आड येऊ लागले. ज्याचे-त्याचे घर ज्याच्या-त्याच्या गरजांपुरतेच असे झाल्यावर एकदम आजी-आजोबा कायमचे येणार ही स्थिती सोपी किंवा आनंदाची राहिली नाही. भांवडांनी वाटून घ्यायचं ठरवलं की सारा वेळ उतारकरू झाल्यासारखे

आयुष्य आपण जगतो आहोत असे वाटू लागते.

इथे मला म्हातारपण म्हणजे वरचे बोलावणे येईपर्यंत थांबायचे स्टेशन नसून ही तर शेवटाची सुरुवात आहे. असेच वाटते. खेळ चालूच आहे. पण आता ही इनिंग दुसरी आहे. पहिल्या इनिंगचे हिशेब दुसऱ्या इनिंगमध्ये लक्षात ठेवावे लागणार आहेत. त्याचे बरेवाईट परिणाम दुसऱ्या इनिंगवर होणे अपरिहार्य आहे पण दुसरी इनिंग खेळायचीच आहे पर्याय नाही. म्हातारपणात मी मनाची तयारी केली आहे. जीवनात करायच्या त्या सर्व गोष्टी यथाशक्ति केल्या आणि आता मी निरोप घ्यायला तयार आहे. त्यामुळे मृत्यूला भिऊन न जाता मिळालेले जीवन शांत चित्ताने जगतो आहे.

आम्हा वृद्धांना फार काही हवे असते असे नाही. थोडक्यात सुखावतो, नुसते विचारले, जवळ बसले, विचारपूस केली तरी दिलासा वाटतो. बालपणाप्रमाणेच वृद्धावस्था ही एक हळवी, जिव्हाळी अवस्था आहे, हे तुम्हाला कळले तरी पुरे !

◆ ◆ ◆

---

१९. शेतकऱ्याचे मनोगत

'रामराम पाव्हणं.... आमच्या शेतावर तुम्ही आलात. फार बरं वाटलं. त्यातून तुम्ही या छोट्या मुलांना घेऊन आलात त्याबद्दल खरं तर तुमचं अभिनंदन करायला पाहिजे.

अहो, उत्तम शेती-मध्यम व्यापार-कनिष्ठ नोकरी असं आपल्यात म्हणतात. पण अगदी इंग्रजांच्या जमान्यापासून सर्वजण फक्त नोकरीच्या मागे धावतोय. नोकरी नाही म्हणून वणवण फिरतोय. बेरोजगारी अशानंच निर्माण होते. अहो, गावात जमीन ओसाड पडल्येय. तिच्यावर थोडा मायेचा हात फिरवा की ! ती खरं म्हणजे मायेची भुकेली आहे. म्हणतात ना, गळा गता आणि मळा शिंपता असला पाहिजे.

आमच्या गुरुजींनी शाळेतच आमच्या मनावर ठसवलं की उत्तम शिक्षण घ्यायचं आणि गावातच आपला शेतीचा धंदा करायचा. वाढवायचा. नाहीतर आपल्या शिक्षणाचा गावाला-देशाला उपयोग काय ?

सुदैवाने पोपटराव पवारांसारखे हिकमती सरपंच गावाला लाभले. स्वत: मेकॅनिकल इंजिनिअर असूनही त्यांनी गावात ॲग्रीकल्चर शिक्षण घ्यायला आम्हा मुलांना उद्युक्त केलं. गावात शेती पावसावर अवलंबून होती. पाऊस म्हणजे लहरी राजा की हो ! शिवाय आमचा भाग पर्जन्यछायेचा म्हणजे दुष्काळी. पण शेततळी, विहिरी बांधणे असे प्रयत्न सुरूच ठेवले. आता ऐन उन्हाळ्यातही थोडं पाणी असतंच. शासनाच्या खूप खूप योजना

शेतकरी राजाच्या फायद्यासाठी आहेत. पण अडाणी शेतकरी त्याचा लाभ घ्यायला जातच नाही. अशाच एका योजनेद्वारे आम्ही काही शेतकरी इस्रायलमध्ये आठ दिवस राहून शेती पाहून आलो. तिथे एक थेंबपण पाणी वाया जाऊ देत नाहीत. तिथे ठिंबक सिंचनाद्वारे जमीन ओली ठेवतात. भसाभसा पंपानं पाणी घालत नाहीत. मी देखील माझ्या डाळिंबाच्या शेतात ठिंबक सिंचनाने पाणी देतो. त्यामुळे मला विजेवर पंपावर अवलंबून रहावं लागत नाही. शिवाय मी टोमॅटोचं, झेंडूचं आंतरपीक घेतो. शेतातला एक तुकडा मी प्रयोग करण्यासाठी राखून ठेवलाय. दरवर्षी मी पंजाबराव देशमुख कृषिविद्यापीठाला भेट देऊन नवीन संशोधन काय चाललयं शेतीमध्ये.... हे पाहून येतो. स्ट्रॉबेरीची लागवड पुढच्या वर्षी करतोय.

हे सगळं ऐकून तुम्हाला वाटेल की वा! शेती म्हणजे 'लई मजा हाय ! घरच्या घरी शेंगा, केळी, रताळी, ताजी भाजी!' पण तसं नाही बरं!

आमच्या गावच्या सहकारी बँकेत पैसे ठेवले आणि बँक बुडाली बँकेचं अगदी दिवाळं निघालं. एका साली सगळं पीक रोगानं करपून गेलं. गेल्या साली एवढं अमाप पीक आलं टोमॅटोचं, की १०० रुपये क्विंटल दरानं टोमॅटो विकावे लागले. उत्पादन खर्च सुद्धा निघाला नाही. कोंबड्या बकऱ्यांना कोल्हे, लांडगे उचलून नेतात तेही नुकसानचं की! शेतात राबायला मजूर मिळत नाहीत. गावातल्या ऐदी मुलांना शेतात हात घालायला लाज वाटते. अर्धवट शिक्षणानं त्यांची बुद्धिसमज उलट नाहीशी झाल्येय. बरं अगदीच अडलो, तर ट्रॅक्टर वापरायचा असं आम्ही ठरवलंय. गांडूळशेती, शेणखत, कंपोस्ट यावरच आमचा भरवसा आहे. आम्ही संकरित बियाणं वापरतो. पण थोडं गावठी वाण पण सांभाळून ठेवलंय.

या प्रयत्नांची दखल घेऊनच शासनाने २००७-८ साली 'कृषिरत्न' पुरस्कार आम्हाला दिला. तेव्हापासून आमचे शेतीचे प्रयोग पाहायला खूप शेतकरी येतात. पण कॉलेजातल्या मुलांना आणणारे तुम्ही पहिलेच.

मुलांनो लक्षात ठेवायचं उत्तम शेती. आपल्या शिवाराचे आपण मालक, मॅनेजर आणि आपणच खरे उद्योगपती. म्हणा 'जय किसान.'

◆ ◆ ◆

२०. बारावीचे वर्ष संपताना...

शालेय सभागृह विद्यार्थ्यांच्या उपस्थितीने फुलून गेले होते. सारे विद्यार्थी आपापल्या मित्रांच्या जोडीने बाजूबाजूच्या सभासनावर बसून अखेरच्या दिवसाची गप्पाष्टकं रंगवत

होते. इतक्यात प्राचार्य आले आणि सभागृह शांत झालं.

आज १२ वीच्या विद्यार्थ्यांचा निरोपसमारंभ कार्यक्रमाला सुरुवात झाली. निवेदकाने पाहुण्यांचे, प्राचार्यांचे, प्राध्यापक आणि विद्यार्थ्यांचे स्वागत केले. "आज इयत्ता १२ वीच्या विद्यार्थ्यांचा शेवटचा शैक्षणिक दिवस!" हे वाक्य ऐकून मनात गलबलून आलं. वाटलं हे वर्ष इतक्या लवकर कसं संपलं? पण काळ पुढे जात असतो आणि आपण त्याच्या परिघावरचे प्रवासी.

निवेदकाने मनोगत व्यक्त करणाऱ्या विद्यार्थ्यांची नावं एकामागोमाग घेतली. प्रत्येकजण आपलं मनोगत व्यक्त करत होता. कोणी शिक्षकांची स्तुती करत होता, कोणी संस्थेची. कोणी भावविवश होऊन डोळ्यांत अश्रू आणणारी वाक्यं बोलत होता.

मी विचार करत होतो. इयत्ता ११ वीतून बारावीत आलो आणि 'मित्रांशी मैत्री करू नकोस पुस्तकांशी मैत्री कर' सांगणाऱ्या पालकांचं पालुपद मी मनावर घेतलं नव्हतं. सकाळपासून कॉलेजला आल्यावर मित्रांमध्ये गप्पा मारण्यात रंगून गेलेलो. उपाहारगृहाच्या खुर्च्यांना कॉलेज सुटेपर्यंत चिकटून बसलेलो मी कधी मनातही आणलं नव्हतं की, हे बारावीचं वर्ष इतक्या लवकर संपेल!

अनेकांची भाषण होत होती. कोणीतरी म्हटलं सरांनी जे मनापासून शिकवलं ते आयुष्यभर विसरणं शक्य नाही. या शब्दांनी माझ्या कानाचे पडदे फाटतायत की काय? असा आघात केला. कारण सरांनी मनापासून काय शिकवलं हे ऐकायला मी वर्गात कधीच उपस्थित नव्हतो. कॉलेजची सहल, कॉलेजच्या क्रीडास्पर्धा, स्नेहसंमेलन यांत वर्षभर रंगून गेलेलो असताना मला त्या विद्यार्थ्यांचं बोलणं उमगत नव्हतं. "सरांनी मनापासून शिकवलं!" काय बरं शिकवलं असेल? मला बसल्याजागी अस्वस्थ वाटायला लागलं.

पुढे आलेल्या एका विद्यार्थ्याने आपल्या भाषणात मी नक्कीच डॉक्टर होईन असा विश्वास व्यक्त केला. तो बोलत असताना त्याच्या डोळ्यांतला आत्मविश्वास त्याच्या चेहऱ्यावर स्पष्ट दिसत होता. 'माझ्या काळजाचं पाणी पाणी झाल्यासारखं वाटलं.' मी स्वत:ला प्रश्न विचारला मला काय व्हायचयं? आणि मग अचानक डोळ्यांसमोर काळोखाच्या लाटा दिसायला लागल्या. वर्षभर नियमितपणे कॉलेजला निघताना बाबांनी मोठ्या विश्वासाने मला सर्व हवं नको ते देत कॉलेजला पाठवलं होतं. आई म्हणायची माझ्या मुलाला मला मोठं साहेब झालेलं बघायचयं पण मी वर्गात बसत नव्हतो हे कुठे तिला ठाऊक होतं. रिकाम्या प्रगतिपुस्तकावर पालकांची स्वाक्षरी आणायला सांगितली तेव्हा हुल्लडबाजी करत बेदरकारपणे मीच पालकांची स्वाक्षरी केली? आणि प्रगतिपुस्तक शिक्षकांना परत केलं होतं. आता पश्चात्तापाने सर्वांग थरथरायला लागलं. मौलिक वेळ वाया गेल्याचं लक्षात आलं. माझ्याबरोबर मस्ती मजा करणारे विद्यार्थी अचानक मला सोडून जाणार होते आणि मी माझ्याबरोबर एकटाच.....

शेवटी प्राचार्य भाषणासाठी उभे राहिले सर्व सभागृह कानात प्राण आणून त्यांचे विचार ऐकत होते. ते म्हणाले, विद्यार्थी मित्रांनो ! मला शरमल्यासारखं वाटलं, शिक्षकांचा नेहमीच अनादर करणारा मी आणि प्राचार्य आपल्याला मित्र म्हणाले! मी शिक्षकांना कधी मित्र मानलंच नव्हतं याचं मला वाईट वाटलं..... प्राचार्य आपल्या भाषणात भूतपूर्व गुणी विद्यार्थ्यांचा, शिक्षकांचा उल्लेख करत होते.... शेवटी प्राचार्य म्हणाले बारावीच्या परीक्षेला अजून एक महिना आहे. पूर्ण तयारी करा आणि यशस्वी व्हा याच माझ्या शुभेच्छा.....

माझ्या समोर सहा विषय उभे राहिले. ३० दिवस आणि ६ विषय म्हणजे प्रत्येक विषयाला फक्त पाच दिवस ? अंगातले त्राण निघून गेलेले... नैराश्याने पाऊल उचलण्याचीही ताकद संपलेली. डोळ्यांतून अश्रुधारा वाहात होत्या. मी रडतोय हे बघून मित्र मला मिठी मारून म्हणत होते.... ''अरे रडू नकोस आपण पुढच्या इयत्तेत भेटू....'' असं बोलल्यामुळे मला अधिकच वाईट वाटत होतं व अश्रू वेगाने डोळ्यांत जमा होत होते त्यामुळे पुढचा रस्ताच दिसत नव्हता. जणू भविष्य अंधारल्यासारखं वाटत होतं, दिसत होतं.

◆ ◆ ◆

---

२१. कलावंत नसते तर....

कित्येकांच्या मनात येते की, कलावंतांचा समाजाला खरंच उपयोग आहे का ? कशाला हवेत हे कलावंत, कलाकार ? कलावंतांचे महत्त्व न कळल्यामुळे हा प्रश्न काही जणांच्या मनात येतो. कलेला आकार देणारे कलाकार खरे तर मानवसमाजाचे एक अनमोल वैभव आहे. केशवसुतांच्या शब्दांत सांगायचे तर -

'आम्हांला वगळा, गतप्रभ झणी होतील तारांगणे
आम्हांला वगळा, विकेल कवडी मोलावरी हे जिणे'

मानव हा विचार व भावना यांचा समन्वय असलेला आरसा आहे. आपल्या बुद्धीच्या प्रतिभाशक्तीच्या बलावर त्याने अनेक क्षेत्रांत विविध शोध लावले आहेत. पण कधी कधी असे वाटते की त्याच्या या शोधमोहिमेत त्याला थकवाही येतो. तसेच दुःखांची, चिंतांची ओझी सदैव तो बाळगत असतो. अशावेळी कुठेतरी त्याला विसावा हवाच असतो. कलाकाराने सादर केलेल्या कलेत त्याला हे विसाव्याचे क्षण अनुभवता येतात.

कलावंतांना जात, धर्म, पंथ, प्रांत या सर्वांच्या पलीकडे जाऊन कला सादर

करावयाची असते. कलावंत माणसाला एका वेगळ्या विश्वात घेऊन जातात. साहित्य, संगीत, चित्र, नृत्य, नाट्य, शिल्प अशाप्रकारे कोणतेही कलेचे विश्व असेल. कलाकार आपल्या कलेला रसिकांसमोर संपूर्णत: आणण्याचा प्रयत्न करतात. प्रतिभाशक्तीचे वरदान लाभल्यामुळेच तो इतरांपेक्षा वेगळा ठरतो.

प्रत्येक वस्तूत काही ना काही सौंदर्य लपलेले असते. पण याची प्रचिती येते ती कलावंतामुळे. "जो न देखे रवी वो देखे कवी" असं उगाच म्हटलं नाही जात. कलावंताच्या हस्तस्पर्शाने वस्तूतील सौंदर्य चमकते. म्हणूनच कलावंत व रसिक यांचे दृढ नाते आहे. सृष्टीतील सौंदर्याशी रसिकाचे नाते जुळते ते कलाकारामुळेच.

मानवी आयुष्य म्हणजे सुखदु:खाने विणलेले एक वस्त्र आहे. आपल्या जीवनातील अनेक दु:खे, उणिवा, नैराश्यावर मात करण्याचे सामर्थ्य कलावंताने सादर केलेल्या कलेत आहे. एखादे गीत ऐकले की आपली भावावस्था बदलते. त्या गोड, मधुर, कमावलेल्या आवाजामुळे आपण आपले दु:ख विसरतो. चित्रकाराच्या कुंचल्याच्या अस्तित्वाने सूर्यदर्शन समोर उभे राहते. अजिंठा-वेरूळ यांसारख्या शिल्पकलेतून तत्कालीन रीतिरिवाज, समाजस्थितीही आपल्याला समजते.

एखाद्या नृत्याच्या अदाकारीतून प्रत्यक्ष सृष्टीचे रूप समोर उभे राहते. तबल्याची एक थाप ऐकणाऱ्याचे कान समृद्ध, तृप्त करते. जणू आपल्याशी तबलियाचे हात बोलत आहेत असेच वाटते. एखाद्या कवीच्या कवितेत जगातले सारे सार ऐकत आहोत असे वाटते. खरचं कलावंत एक कुशल असा जादूगारच आहे. कुठेही जा प्रत्येक कलाकार माणसाला वंदन करतो. एखाद्या मूर्तिकाराने एखाद्या मूर्तीत विशेषकरून तिच्या डोळ्यांत प्राण ओतून जणू तिला सजीव बनवलेले आपल्याला दिसते. सामान्य माणसेही एखादी गोष्ट बघतात पण कलाकार तीच गोष्ट नुसती बघत नाहीत तर आपल्या प्रतिभाशक्तीने त्या गोष्टीत रसनिर्मिती करतात.

श्रीकृष्णाचे एक रूप महान अशा योगी पुरुषाचे आहे. तसेच आपण त्याला 'मुरलीधर' असेही म्हणतो. त्याच्या वेणुनादामुळे आजूबाजूचे सर्वच मंत्रमुग्ध होत असत. ही एका अनोख्या कलाकाराचीच किमया आहे. तसेच एखादा निवेदक वक्ता असेल तर त्याच्या बोलण्यात प्रत्यक्ष सरस्वतीदेवीचा निवास जाणवतो. एखाद्या माणसाची बोटे हिरवी आहेत (Green fingers) असे म्हटले जाते. त्याच्या हस्तस्पर्शाने प्रत्येक क्षेत्रात तो यश संपादन करतो. मी तर पुढे जाऊन असे म्हणेल की कलाकाराचे मनच हिरवे (Creative) असते. त्यामुळे तो अधिकाधिक नूतन, छान अशा गोष्टींची निर्मिती करतो आणि म्हणूनच तो भगवंताच्या अधिक जवळ असतो. मग सांग असा कलाकार, कलावंत नसेल.... तर सर्व जगच वाळवंट, शुष्क नाही का बनणार ?

◆ ◆ ◆

२२. जाहिराती नसल्या तर.....

जाहिराती नसल्या तर... ''देखो भाई देखो, जंगल देखो, पहाड देखो, मंदिर देखो, तालाब देखो, हिंदुस्थान का दिल देखो,'' असं म्हणत मध्यप्रदेशातल्या पर्यटनस्थळांविषयी माहिती सांगणारी एक जाहिरात मला खूप आवडते. ती जाहिरात पाहून मध्यंतरी आम्ही मध्यप्रदेशाची सहलही करून आलो. ती जाहिरात पाहिली नसती तर कदाचित आम्ही 'तिकडे काय आहे बघण्यासारखं ?' असं म्हणून गेलोही नसतो.

आजचं युगच जाहिरातीचं आहे. जाहिरात करील त्याचाच माल विकला जातो. एरवी तुमच्या वस्तूमध्ये कितीही गुण असले तरी जाहिरातीअभावी ती विकताना अडचणी येतातच. जाहिरातीमुळे तर मातीलाही सोन्याचा भाव प्राप्त होतो; तर जाहिरातीअभावी सोनंही मातीमोल दराने विकायला लागतं, अशी आजची परिस्थिती आहे. जाहिरात कशी कधी आणि कुठे करायची यालाही महत्त्व आहे. शेतीला उपयोगी असणाऱ्या वस्तू व बियाणांची जाहिरात ही ग्रामीण भागातच व्हायला हवी, शहरात करून काय उपयोग ? 'जिथे पिकतं तिथे विकत नाही', या म्हणीनुसार कोकणात घरोघरी नारळाची झाडे असताना नारळाची जाहिरात करणे म्हणजे पैसे वाया घालवण्यासारखंच आहे. जाहिरात ही प्रामुख्याने लोकांची गरज लक्षात घेऊन त्यांना वस्तूची माहिती देण्यासाठी असली पाहिजे.

जाहिरात ही सूचक असली पाहिजे. जाहिरात वाचून अथवा ऐकून ग्राहक वस्तू खरेदी करण्यास उद्युक्त झाला पाहिजे. जाहिरातीमधून ग्राहकांशी थेट संवाद साधला गेला पाहिजे, असे माझे मत आहे. मात्र जाहिरात करतानाही 'तारतम्य' बाळगायला हवे.

आज जाहिरातीची अनेक माध्यमे आपल्याला उपलब्ध आहेत. वर्तमानपत्रातील जाहिरात, दूरदर्शनवरील जाहिरात अथवा फलकाद्वारे केलेली जाहिरात थेट लोकांपर्यंत पोहोचते. रस्त्यावरील विक्रेते तर ओरडूनच आपल्या मालाची जाहिरात करीत असतात. आपली वस्तू कशी 'आखूडशिंगी बहुगुणी' म्हशीप्रमाणं आहे हे सांगण्याचाच ज्याचा-त्याचा प्रयत्न असतो. मात्र जाहिरात करण्याच्या पद्धती काहीवेळा चांगल्या नसतात. चुकीच्या गोष्टी विनाकारण मनावर ठसवल्या जातात. मुलांच्या वाढीच्या वयात मुलांना अपायकारक ठरणाऱ्या पदार्थांच्या जाहिराती या अशाच प्रकारच्या असतात. गरज नसताना एखादी वस्तू खरेदी केली जाऊन ग्राहकाचे आर्थिक नुकसानही होते. जाहिरातींमधून अनेकदा चुकीचा संदेशही जाऊन समाजाचेही नुकसान होते.

असे जरी असले तरी आजचे युग हे जाहिरातींचेच आहे, हे कधीही विसरून चालणार नाही. एका मोबाइल कंपनीच्या जाहिरातीत एक कुत्रा, एका लहान मुलींसाठी दप्तर, तिचे पायमोजे, युनिफॉर्म आणून देऊन तिला शाळेच्या गडबडीच्या वेळी मदत करताना दाखवला आहे. हा कुत्रा म्हणजे सदैव सेवा देणारी ही मोबाइल कंपनीच! ही जाहिरात इतकी मनावर ठसते की, नकळत आपणही त्या मोबाइल कंपनीचे ग्राहक बनतो. जाहिरातींचे हेच यश होय.

◆ ◆ ◆

२३. मृत्यू नसता तर...

आजोबांच्या खोलीत आता
धुकं.... धुकं... धुकं
आजोबाचं जग सगळं
मुकं.... मुकं.... मुकं

मंगेश पाडगावकरांवरचा नक्षत्रांचे देणे कार्यक्रम दूरदर्शनवर पाहत होतो. पाडगावकरांनी स्वत: वाचलेली ही कविता मी ऐकली आणि ऐकता ऐकता मुका मुका होत गेलो.

माझ्या आजोबांची मृत्युवेळ मला खरोखरच आठवली आणि नंतर खूप दिवस जाणवणारं आजोबांचं नसणं. माझे आजोबा शांतपणे मृत्यूला सामोरे गेले होते. पण माझ्या काकांचा अपघाती मृत्यू सर्वांनाच हादरून टाकणारा होता. मृत्यू नसताच तर.....

जगात सर्वत्र भूकंप, त्सुनामी, पूर, उष्माघात, अशा विविध नैसर्गिक आपत्तीमुळे हजारोंच्या संख्येनं लोक मरतात. दंगली, कत्तली, अपघात, बॉम्बस्फोट हेही आपल्याला परिचयाचे झालत. मेलेल्या माणसांचा आकडा आपण वर्तमानपत्रात वाचतो आणि हळहळतो. काळाची फुंकर सारी दु:ख दूर करते. किमान हलकी करते. म्हणूनच म्हणतात कालाय तस्मै नम:। मृत्यू नसताच तर.....

राम-रावण युद्धात म्हणे रामाने रावणाचा एकदा वध केला तरी पुन: रावण जिवंत होत असे. शंकराच्या वरामुळे त्याला मृत्यूची भीती नव्हती. जरासंधाच्या शरीराचे उभे चिरून दोन तुकडे भीम करत होता पण ते दोन तुकडे पुन्हा जोडले जात आणि जरासंध जिवंत होत असे. अनेक राक्षसराज तप करकरून अमरत्व मागत असत. दानवांचे राजगुरू, शुक्राचार्य यांच्याकडे मेलेल्याला जिवंत करण्याचा संजीवनी मंत्र होता. या सर्व पुराणकथा

वाचताना मला प्रश्न पडतो. की मरणाचे भय संपले की माणूस हा उन्मत्त होत जातो का? मरण आहे म्हणून माणूस सन्मार्गाला राहण्याचा प्रयत्न करतो का? जर हे खरे असेल आणि मृत्यू नसेल तर.....

मृत्यू नसेल तर मानवाला या जन्मात सत्कृत्य करून मोक्षपद मिळवण्याची आसच राहणार नाही. आपल्या पापांचा पाढा एक दिवस वाचला जाणार आहे अशी धास्तीच त्याला वाटणार नाही. घरात वृद्ध माणसे वाढत वाढत जातील. ती अधिकाधिक परावलंबी होत जातील.

मरण नसते तर तुकाराम बुवांना आपुले मरण पाहिले म्या डोळा असा अभंग लिहिता आला नसता. मृत्यूच्या भीषण वार्तांनी वर्तमानपत्रांची पान भरणार नाहीत. कारण अपघात, मृत्यू इत्यादी दुर्घटना हा तर काही वर्तमानपत्रांचे आणि काही दूरचित्रवाणी वाहिन्यांचा खास खुराक आहे. चित्रपटात दूरचित्रवाणी मालिकांमध्ये करूण दृश्य रंगवण्यासाठी कोणत्यातरी पात्राचा मृत्यू दाखववावा लागतो. मालिकेमध्ये एखादं पात्र 'तारखा' देईनासं झालं की त्याचा मृत्यू घडवणं अपरिहार्य असतं. मृत्यू ही घटना कितीही करुण असली तरी आवश्यक आहे. मृत्यू नसेल तर जीवनविमा कोण उतरवेल? मग LIC किंवा विमा कंपन्यांचं कसं होईल? मृत्यूच नसेल तर पृथ्वीवर माणसांची बजबजपुरी होईल. माणसांचीच का तर प्राण्यांनाही मरण येणार नाही ना? मग मांसाहार करणाऱ्यांनी काय खायचं आणि मांसाहारी प्राण्यांनी?

मृत्यू हा जीवनाच्या आरशामागचा जणू पारा आहे असं मला वाटतं. जो समोरून दिसत नाही. पण तो तिथे आहे. म्हणून जगण्याचं प्रतिबिंब त्यात पडतं. कुणीतरी म्हटलंच आहे. मरणात खरोखर जग जगते.

◆ ◆ ◆

२४. दळणवळण व्यवस्था बंद पडली तर...

'मोबाईलमधलं कार्ड संपलंय.. कोणाला फोन लावता येत नाहीये. हैराण झालोय मी अगदी! त्यातून सकाळपासून लाईट गेलेत. भारनियमन हो! त्यामुळे संगणक बंद. इंटरनेट, एफ बी, काहीच ॲक्सेस राहिला नाहीये. कसलं आयुष्य है? वैताग आलाय.'

थोडा वेळ असा गेला तर प्रत्येक मित्र अस्सा हैराण होतो. सर्व काही हातून निसटल्यासारखं वाटत राहतं. परावलंबी. मग ही दळणवळण यंत्रणा बंद पडली तर???

आज अगदी सकाळी उठल्यापासून आपल्याला अशा सवयी जडल्या आहेत की, दळणवळण यंत्रणा बंद असेल तर आपण पूर्ण परावलंबी होऊ. बघा ना, उठल्याउठल्या

वर्तमानपत्र, दूध-चहा हवंच हवं. वाहतूक व्यवस्था नसेल तर कसं चालेल? दूध-पेपर देणार कोण? इथे कुणाच्या गायी बांधल्यात गोठ्यात? २५० किमी अंतरावरून दररोज दूध येतं. वारणाहून किंवा चाळीसगावहून दररोज दूध येतं. अहमदनगरहून फुलं, लासलगावहून कांदा यांची आवक होते. दळणवळण यंत्रणा बंद पडली तर त्या मालाची किती नासधूस होईल. कल्पना कशाला? अशा बातम्या अधून-मधून आपण वर्तमानपत्रात वाचतच असतो. घाटातील अपघात, दरडी कोसळणं इ. इ. मुळे वाहतूक ठप्प होते आणि शेतमालाचं मोठं नुकसान होते.

त्यानंतर आवरून कॉलेजला, बाबांना ऑफिसला जाण्याची वेळ येते त्यावेळी बस, रिक्शा, टॅक्सी नसेल तर खूपच हाल होतात. चालत जायची तर सोयच नाही इतकं आमचं घर स्टेशनपासून लांब आहे. आगगाड्या नसतील तर आम्हा मुंबईकरांना सुट्टीशिवाय पर्यायच नाही.

कधीतरी संप बंद वगैरे असेल तर आम्ही एखादा दिवस त्याची मजा लुटतो. मग फोन किंवा मोबाईल कानाला लावून तास-तास कधी जातो ते कळतसुद्धा नाही. नेटवर्क जॅम असेल तर मात्र दिवसभर चैन पडत नाही.

खरंच, या व्यवस्थेचे आपण किती गुलाम झालो आहोत! मोबाईलच्या लहरींमुळे कॅन्सर होतो, कानांवर परिणाम होतो हे कळतं पण वळत नाही. संगणक किंवा दूरदर्शन पुढे फार वेळ बसल्यामुळे डोळे बिघडतात हेही कळतं पण वळत नाही.

दळणवळण व्यवस्था बंद पडली तर सर्वत्र हाहाकार माजेल. सध्याची शहरातली आणि गावातली सर्व व्यवस्थाच बिघडून जाईल. वाहतुकीचा खोळंबा किंवा रेल्वेसेवेत बिघाड झाला तर परीक्षेला केंद्रावर वेळेवर पोहोचता येत नाही. परिणामी आयुष्यभराचे नुकसान होऊ शकते. दूरदर्शन, दूरध्वनी, भ्रमणध्वनी याद्वारे सर्वांची सोय होते. निरोपांची, ज्ञानाची, अनुभवाची देवाण-घेवाण शक्य होते. दळणवळण व संपर्क व्यवस्था बंद पडली तर पुनश्च मध्ययुगात होती तशी परिस्थिती निर्माण होईल. पण.....

दिलीप कुलकर्णी व पौर्णिमा कुलकर्णी या इंजिनियर व डॉक्टर जोडप्याने या शहरी व्यवस्थेला छेद देत दापोली जवळच्या एका खेड्यात रहायचे ठरवले. नव्हे गेली २० वर्षे तिथे रहात आहेत. पर्यावरणावर आणि आरोग्यावर ताण देणारी तथाकथित आधुनिक जीवनशैली टाळून ते साधेसुधे जीवन आनंदाने मुलीसह जगत आहेत. त्यामुळे 'खेड्याकडे चला' ग्रामोद्धाराच्या गांधीजींच्या कल्पना समजावून घेतल्या तर दळणवळण साधना-अभावी हाहाकार वगैरे काही होणार नाही.

अगदी एका आडगावात मी आणि माझी मैत्रिण काही कामानिमित्त तिच्या नातेवाईकांकडे दुपारी एस. टी. बसने गेलो. गावात येणारी जाणारी ही एकुलती बस निघून गेली. रात्री घरी परतायला पाहिजेच. मग काय? गावकऱ्यांचा मार्ग अनुसरून चक्क

डोंगर उतरून खाली आलो. मस्त वाटलं. निसर्गाच्या सान्निध्यात वावरणं झालं आणि मस्त व्यायाम झाला.

दळणवळणाच्या अत्याधुनिक सोयींमुळे मानवी जीवन सुखकर निश्चितच झाले आहे. परंतु जर कधी ही यंत्रणा ठप्प झाली तर

तुका म्हणे होय मनासी संवाद.....

आपल्याच माणसांशी नाहीतर मनाशी संवाद करत काही काळ तरी निवांत जगू या.

◆ ◆ ◆

२५. मी अंतराळवीर झालो तर.....

सहज मिळे त्यात जीव
तृप्तता न पावे।
जे सुदूर, ते असाध्य
तेथ मन धावे॥

ही कविता म्हणजे जणू माझे जीवनगीतच आहे. बालपणीच 'ट्विंकल ट्विंकल लिट्ल स्टार' शिकवत त्या जमान्यापासूनच ताऱ्यांच्या जगाची मला अनिवार ओढ आहे. म्हणूनच मी अंतराळवीर होण्याची स्वप्न अनेकवार पाहिली आहेत. खरंच, मी अंतराळवीर झालो तर....

''मी भारतीय प्रक्षेपण केंद्रातून अवकाशात झेप घेणारा पहिला अंतराळवीर असेन. अंतराळवीर होण्याचा तसं तर पहिला मान 'राकेश शर्मा'चा. तो रशियाच्या 'सोयूझ' अंतराळ्यानामधून अवकाशात झेपावला होता. तर कल्पना चावला 'कोलंबिया' या अमेरिकेतून 'नासा' ने पाठवलेल्या यानामधून अंतराळात झेपावलेली पहिली भारतीय मुलगी अंतराळवीर होऊन केवळ अंतराळी फिरावं किंवा परग्रहावर वस्ती करावी किंवा ग्रहपर्यटन हा माझा उद्देश नाहीये. दूर दूर ताऱ्यांच्या अंतर्भागात मी जाईन. तिथे कोणाला सजीवसृष्टीला साद घालेन....

अंतराळवीर झालो तर... पृथ्वीवरील जीवनापेक्षा वेगळच जीवन अनुभवायला मिळेल. शरीर कसं पिसासारखं हलकंफुलकं होईल. हेही म्हणणं खरं म्हणजे चुकलंच. कारण पृथ्वीवर पिसालाही वजन असतंच. पण अंतराळात अगदी शून्य वजन. वजनरहित अवस्था. मग पृथ्वीवर जे हवेत बागडावंस वाटायचं किंवा हवेत तरंगत रहावंसं वाटायचं ते मला सहज शक्य होईल. मी सहकाऱ्यांशी यानातल्या यानात पकडापकडी मजेत खेळेन.

जिमॅस्टिक्सची सगळी प्रात्यक्षिकं जी टीव्हीवर पाहताना जीव वरखाली होत असतो ती सर्व करेन. हरणासारखं उधळणं म्हणतात तेही उधळून पाहिन आणि 'स्लो मोशन' मध्ये दाखवतात, तशी बॉलिंग पण करेन. एक मात्र खरं की ह्या सर्व कसरती पिंजऱ्यात अडकवलेल्या पक्ष्यासारख्या असतील. म्हणजे मी अंतराळवीर असेन पण अंतराळात मुक्त बागडणारा स्वच्छंद मुसाफिर नसेन. मग खरंच स्पेसशटलशिवाय एकट्याला अगदी एकट्याला अंतराळात झेपावता आलं तर....

ही अगदी रोमांचकारी कल्पना आहे. गिर्यारोहण करायला काही मुसाफिर खांद्यावर पडशी टाकून निघतात ना, तितकं स्वच्छंद जीवन मी अनुभवेन. चंद्र, बुध, शुक्र, गुरू साऱ्या ग्रहांवर जाईन. अगदी लपाछपी खेळेन म्हणा ना! परीक्षेत माझी कुंडली खराब करणाऱ्या मंगळावर आणि शनिवर जाऊन जाब विचारेन. माझ्यासारख्या अनेक मुलांच्या राशीला जाऊन त्यांचं आयुष्य बरबाद करू नका असं विनवून सांगेन. तसंच ते राहू-केतू सापडले तर त्यांनाही शोधून काढेन आणि त्यांनापण मी राहूपीडा वगैरे वगैरे करू नका असं सांगेन. सूर्यावर जाण्याची काही माझी अद्याप छाती नाही. अहो, सूर्यनारायण आपला पिता. एकदम बापमाणूस. पण त्याच्यासमोर जाऊन त्याला नमस्कार करेन. नव्हे तर आजोबांनी शिकवल्याप्रमाणे १२ सूर्यनमस्कार घालेन आणि दुसऱ्या सूर्यमालेत जायला निघेन.

दुसऱ्या सूर्यमालेत मला कोणी अडवेल का ? तिथेतरी मला अडवणारे सजीव असतील का ? तिथली मुलं मला ET (Extra Territorial) म्हणतील का ? एलियन म्हणतील का ? माझ्यावर ते ग्रहवासी चित्रपट काढतील का ? किती मज्जा. मी एलियनचा रोल केलेला चित्रपट (पिक्चर) माझ्या मित्रांनी पाहिला तर आपली कॉलर टाईट....

किती स्वप्न..... किती मनसुबे.... एक शेर आहे ना... इरादे नेक हो तो सपने साकार होते है। अब्दुल कलाम म्हणतात.

आपण झोपेत पहातो ते स्वप्न नव्हे
तर जे झोपू देत नाही ते स्वप्न

म्हणूनच सांगतो. मी अंतराळवीर झालो तर.... नव्हे मी अंतराळवीर होईनच.

◆ ◆ ◆

इ) वैचारिक

२६. शेतकरी सुखी तर जग सुखी

'कसा जाणे कोण जाणे नभातल्या त्या
ओल्या थेंबी उभा मांडिला दावा
शुष्क माती; तुटली नाती काही कळेना कावा'

सुवर्णमहोत्सव साजरा करणाऱ्या महाराष्ट्रात १९९७ ते २००८ या अकरा वर्षात तब्बल ४१,४०४ शेतकऱ्यांनी आत्महत्या केल्या. शेतकऱ्यांच्या या आत्महत्यांच्या कारणांचा शोध घेणारे अनेक रिपोर्ट गेल्या काही वर्षांत प्रसिद्ध झाले अनेक सरकारी अहवाल सादर झाले. यांतून हा विषय जगासमोर आला, हेही नसे थोडके.

निसर्ग साथ देत नाही आणि सरकार मालाला भाव देत नाही त्यामुळे कर्जाच्या चक्रव्यूहात इथला शेतकरी अडकला तो कायमचा. यातून बाहेर पडणे त्याला अशक्य झाले तेव्हा शेवटी हतबल होऊन स्वत:ला संपवून तो त्या चक्रव्यूहातून आपली सुटका करून घेतोय.

उसवलं गनगोत सारं
आधार कुणाचा नाही
भेगाळल्या भुईपरी जिनं
अंगार जिवाला जाळी

पांढरे सोने पिकवणारा प्रदेश म्हणून विदर्भ ओळखला जातो मात्र गेल्या काही वर्षांत शेतकऱ्यांच्या आत्महत्यांनी या प्रदेशाचे अक्षरश: स्मशान झालंय.

करपलं रान देवा जळलं शिवार
तरी न्हाई धीर सांडला
खेळ मांडला.

आज खरोखरच तोट्यात जाणाऱ्या शेतीला आणि त्यावर जगणाऱ्या शेतकऱ्याला वाचवायचे असेल तर त्यांना पॉलिसीची गरज आहे. पॉलिसी म्हणजे सरकारचे आयात निर्याती संदर्भातील धोरण जे आजपर्यंत देशातल्या शेतकऱ्याच्या हितासाठी कधीच राबविले नाही. त्यासाठी कापसाचे आयातशुल्क जे १० टक्के आहे ते ६० टक्क्यांपर्यंत वाढवावे, ही शेती आयोगाचे अध्यक्ष डॉ. स्वामिनाथन यांनी केलेली मागणी योग्य आहे. त्यामुळे शेतकऱ्याच्या कापसाला भाव मिळेल.

देशाच्या राष्ट्रीय उत्पन्नात शेतीचा वाटा हा केवळ १७% आहे. देशाच्या बजेटमध्ये शेतीवर २.५ टक्क्यांपेक्षा कमी खर्च होतो आणि देशाचा विकासदर ९ टक्क्यांच्या आसपास असताना शेतीविकासाचा दर १ टक्क्यापेक्षाही कमी आहे ही वस्तुस्थिती आहे. शेतीतली गुंतवणूक कमी होत आहे पण शेतीवरील लोकसंख्येचा भार मात्र कमी होत नाही. उलट शेतीचा राष्ट्रीय उत्पन्नातील वाटा मोठ्या प्रमाणावर कनी होत आहे याला शेतीची होणारी उपेक्षा आणि त्याबद्दलची उदासीनता हे कारण आहे. म्हणूनच सरकारी धोरणांचा बळी म्हणून या आत्महत्यांकडे पाहता येईल.

आजच्या शेतकरी हा परिस्थितीपुढे हतबल झालेला आहे. मोठ्या संख्येने लोक शेतीव्यवसायाकडे पाठ फिरवीत आहेत. अन्ननिर्मितीचे काम होण्यासाठी कोणतेही आर्थिक पॅकेज, आधुनिक तंत्र, जी. एम व हायब्रीड जाती यांच्या पेक्षाही सूर्यप्रकाश, उबलब्ध पाणी व अशा स्रोतांचा उपयोग करणाऱ्या माणसांचो मानसिक उमेद जास्त महत्त्वाची आहे. सूर्यप्रकाश, पाऊस व सक्षम जमीन यांचाच विचार केल्यावर भारतवर्ष इतके सुजलाम् सुफलाम् आहे की जगाच्या अन्नपुरवठ्याचे कंत्राट आपल्यालाच मिळावे. परंतु जमीन उपजाऊ बनवून अन्ननिर्मिती करणाऱ्या शेतकऱ्यांची मानसिकता बघायची झाल्यास ते आत्महत्या, कर्जबाजारीपणा, अनाकलनीय शासकीय नियमांमुळे होणारे कोर्ट बखेडे जमीन विकाऊ शेतकी (N.A.) बनवणाऱ्या एजंटाच्या गोंगाटात अडकणे इ. प्रचलित पद्धतीमध्ये हे आकाशाला ठिगळ लावण्यासारखे आहे.

पूर्वी लग्नाच्या वेळेस किती जमीन आहे ? गोठ्यात किती जनावरे आहेत ? शेतीला पाणी घेण्यासाठी काय सोय आहे ? असे प्रश्न महत्त्वाचे म्हणून विचारले जायचे. परंतु आता मात्र घरची शेती उत्तम पिकवली जाते, त्यामुळे मुलगा नोकरी करत नाही असे कळल्याबरोबर मुलीकडचे लोक उठून जातात. यामुळेच सक्षम तरुण शेतीकडे पाठ फिरवीत आहेत व जमीन हा अन्ननिर्मितीचा महत्त्वाचा स्रोत नोटांच्या जोरावर चुकीच्या कामांसाठी हस्तांतरित होत आहे. त्यामुळे येत्या काही वर्षांतच आपल्याकडे नोटांची भरपूर बंडले असतील पण अन्नासाठी दाही दिशांना गवसणी घालावी लागेल.

या भयावह परिस्थितीवर उपाय शोधण्यासाठी शासन, संशोधन, शिक्षणसंस्था व जागतिक संस्था काही करतील याची वाट पहात बसणे चुकीचेच ठरेल. ज्यांच्या घरात अन्न फक्त 'नोटा' देऊन येते त्या प्रत्येकाने एक असा मित्र / भाऊ शोधावा की जो प्रत्यक्ष शेती करत आहे अशा शेतकऱ्याचा शहरातील मोठा भाऊ बनावे. महिन्यातून किमान एकदा तरी त्याच्या शेतावर जावे तेथे पैसे खर्च करावे. आपल्या मुलांना शेतातील कीटक, पक्षी, वेगवेगळी पिके, फळे, मासे, धबधबे, तलाव, तसेच तेथील निसर्गाची कठोरता जसे तळपणारे ऊन, वादळीवारे, पावसाळी गडगडाट, जंगले व रखरखीत ओसाड डोंगर सर्व दाखवावे त्या शेतकऱ्याबरोबर काही मिनिटे तरी शेतातील कामाला हातभार लावावा.

या मित्राचे मनोबल वाढवण्यासाठी त्याचा मोठा भाऊ बनून उभे राहिले पाहिजे. हे सर्व तुम्ही देशासाठी किंवा त्या शेतकऱ्यासाठी नव्हे तर पुढील अन्नदुष्काळाला तोंड देण्यासाठी आहे. पण यातून तुम्हाला त्या वातावरणात मिळालेली ऊर्जा व आनंद शहरात परतल्यावर खूपच उपयोगी पडेल. या अत्यंत मोलाची भूमिका वजावणाऱ्या अन्नदाता बळीराजाला सामाजिक प्रतिष्ठा, प्रेम व आर्थिक मदत देऊन त्यांच्याबरोबर जगाला सुखी बनवू शकू.

◆ ◆ ◆

२७. खेळ आणि भारतीय

खगोलशास्त्राच्या ऑलिम्पियाडमध्ये भारताची चमकदार कामगिरी ... गणित ऑलिम्पियाडमध्ये भारतातील चौदा वर्षीय बाजी ... गणित, भौतिक, रसायनशास्त्र, खगोल, ऑलिंम्पियाडमध्ये सरस ठरणाऱ्या भारताची ऑलिम्पिकमध्ये पदकांच्या पाटीवर मोजकीच नोंद आहे. १९५२ च्या हेलसिंकी ऑलिम्पिकमध्ये कुस्तीत खाशाबा जाधव यांनी ब्राँझ पदक मिळवले त्यानंतर लिॲंडर पेस, मल्लेश्वरी, राजवर्धन राठोड, अभिनव बिंद्रा आदींनी आणखी पदकांची नोंद केली; पण चीन, जपान, अमेरिका इत्यादींच्या नावांवर असलेल्या पदकांच्या लयलुटीसमोर हे काहीच नाही.

याचे कारण भारतात खेळांमध्ये राजकारण आणले जाते. आणि राजकारणाचा 'खेळखंडोबा' केला जातो. मुळातच क्रिकेटशिवाय या देशात दुसरा कुठला खेळ आहे की नाही असं वाटावं इतकं वाढ (व) लेलं क्रिकेटचं स्तोम, त्यातही गैरप्रकारच अधिक! पण त्या खेळण्यापेक्षा क्रिकेटचे प्रशिक्षक, निवडसमित्या आणि क्रिकेटविषयक संघटनांमधलं राजकारण व तिथल्या आर्थिक साम्राज्यावरून या खेळाचीसुद्धा वाट लावण्याचे काम सुरू आहे. दुसरीकडे देशी खेळांविषयीची प्रचंड अनास्था! परिणामी आपण भारतीय इतर देशांच्या तुलनेत क्रीडाक्षेत्रात मागे पडलो आहोत. मुळात आपल्या शैक्षणिक पद्धतीमध्ये खेळाला कमी लेखले जाते. "खेळापेक्षा, अभ्यास (हाही तथाकथित) महत्त्वाचा" हे जे पारंपरिक मानसशास्त्र पालकांचे आहे, त्यातून अजूनही आपण बाहेर पडलेलो नाही. आमच्या वर्गाच्या वेळापत्रकात २ तास 'शाशि'चे म्हणजे शारीरिक शिक्षण. बहुतेक वेळा ते होत नाहीत किंवा इतिहासाचे सर ते मागून घेतात. मैदानावर नेलंच तर आधी कंटाळवाणे 'प्रकार' करायला लावतात. 'शाळा आहेत पण शिक्षण नाही' अशा स्वरूपाची टीका होत असतानाच शिक्षण क्षेत्राला 'पुरून' उरलेल्या मंत्र्यांनी खेळांच्या विकासासाठी शालेय स्तरापासून काही ठोस कार्यक्रम राबवण्याची गरज आहे. शाळा आहेत पण मैदाने नाहीत, असतील तर खेळणारी मुले-मुली नाहीत

आणि शास्त्रशुद्ध शिक्षण देणारे प्रशिक्षक नाहीत. शाळकरी वयापासून खेळांकडे इतके दुर्लक्ष करण्याची सवय लागलेली मुले-मुली पुढे त्यांच्या आयुष्यातील आव्हानांचा सामना कधी, कसा नि कोणत्या खिलाडू वृत्तीने करणारे आहेत ? चीन, जपान, जर्मनी, अमेरिका इ. देशांमध्ये खेळाविषयी शाळेपासूनच अनुकूल वातावरण तयार केले जाते. चीनच्या शाळांमध्ये सगळ्या विद्यार्थ्यांना सगळेच खेळ शिकवले जातात. त्यानंतर खेळांच्या निकालानुसार नव्हे तर कोण, कोणता खेळ कसा खेळतो त्याची त्या खेळाकडे बघण्यासाठी दृष्टी काय आहे हे ध्यानात घेऊन मगच त्यांची निवड केली जाते. आणि त्यांना किमान ४-५ वर्षे ट्रेनिंग दिले जाते ते पदवी परीक्षा उत्तीर्ण होईपर्यंत. याचाच अर्थ वयाच्या दहाव्या-बाराव्या वर्षापासून पुढे विशी गाठेपर्यंत ते ट्रेनिंग सुरू असते. सकाळी लवकर उठून व्यायाम, कसरती करून शाळा आणि मग संध्याकाळी पुन्हा ट्रेनिंग असा त्यांचा कार्यक्रम असतो. पुढे स्पर्धा, त्यांत त्यांनी काही विशेष कामगिरी बजावली तर त्यांची निवड नॅशनल फेडरेशन्ससाठी होते आणि मग सरकारच्या देखरेखीखाली त्यांचे पुढचे प्रशिक्षण सुरू होते. त्यांना राहायला अपार्टमेंट्स दिली जातात आणि शिवाय पगारही सुरू होतो. सकाळी व्यायामशाळा, नंतर ट्रेनिंग, मग जेवण, पुन्हा दुपारी ट्रेनिंग, मग रात्रीचे जेवण आणि नंतर निवांत झोप हे सगळे एखाद्या नोकरदारासारखे, तीच त्यांची करिअर असते. शिवाय त्यांना महिन्याच्या महिन्याला उत्तम पगारही मिळतो. त्यामुळे त्यांना कशाचीच म्हणून काळजी उरलेली नसते. त्यांना जे प्रशिक्षक उपलब्ध असतात ते एकतर माजी ऑलिम्पिकपटू असतात किंवा त्या क्षेत्रातले प्रसिद्ध खेळाडू असतात. भारतात यांच्या जवळपाससुद्धा काहीही होत नाही. शाळेत, कॉलेजात खेळात नैपुण्य दाखवणारे खेळाडू पुढे खेळांत टिकून राहात नाहीत. करियरच्या, नोकरीच्या पाठीमागे धावतात, पण त्याला ते तरी काय करणार? खेळायचे म्हटले तरी प्रशिक्षणाच्या अपुऱ्या सोयी, खेळाच्या स्पर्धातील राजकारण, भ्रष्टाचार यांमुळे खेळाडूंवर वाईट परिणाम होतो.

खरेतर आमच्याकडे गुणवत्ता असणारे कितीतरी खेळाडू आहेत. त्यांची आश्चर्यकारक क्षमता आणि नैसर्गिक गुणवत्ता ही गावागावांतून भरणाऱ्या स्पर्धांमधून दिसून येते. अनेक आदिवासी तिरंदाज नेम साधताना आणि बाकी वेळीही आपला 'हायर रेट' कायम राखतात. ऑलिम्पिक्समध्ये जिमनॅस्टिक्समध्ये सहभागी झालेल्या कोणत्याही मुलीपेक्षा दोरीवरून चालणाऱ्या आपल्या डोंबारी मुली काय कमी आहेत ? त्यांना वेळीच शोधून निवडून योग्य प्रशिक्षण देण्याचाच काय तो अवकाश ! १५ वर्षांपूर्वीच सिंक्रोनाइज्ड स्विमिंग करून दाखवणाऱ्या धामणकर भगिनी काय ? किंवा आपल्या मलखांब करामतींनी भारून टाकणाऱ्या समर्थ व्यायाम मंदिराच्या मुली काय ? इथले खेळाडू गुणवत्तेत कमी नाहीत हेच सिद्ध करतात. भारतात उत्तम दर्जाचे खेळाडू तयार होतात कारण त्यांच्या मनात टॉपवर जाण्याची आकांक्षा असते त्यामुळेच ते भारतातल्या व्यवस्थेविरुद्ध लढा

देतात आणि समोर उभी राहिलेली अडथळ्यांची शर्यत पार करून पदके मिळवतात.

आपले क्रीडापटू हे 'सोन्याहून' अधिक कर्तृत्ववान आहेत. जर त्यांची काळजी आपण घेतली तर ते आपल्याला 'गोल्ड' आणून देतील. आता हळूहळू परिस्थिती बदलते आहे. क्रीडाखात्यामध्ये पायाभूत सुविधा प्रशिक्षणाच्या संधी, आर्थिक सुरक्षितता उपलब्ध करून देण्यासाठी अर्थसंकल्पात घवघवीत निधीची तरतूद करण्यात येत आहे. प्रसारमाध्यमांनीदेखील क्रिकेटखेरीज इतर खेळांना, खेळाडूंना महत्त्व देण्यास सुरुवात केली आहे. त्यामुळे समाजाच्या मानसिकतेत बदल होण्यास मदतच होणार आहे. आपल्या भारताची वाटचाल आशियाई स्पर्धा, राष्ट्रकुल युवा स्पर्धा, राष्ट्रकुल स्पर्धा ते थेट ऑलिम्पिक स्पर्धांपर्यंत व्हावी ही प्रत्येक भारतीयाची इच्छा आहे.

◆ ◆ ◆

२८. अशी मात करू या बेकारीवर

''जन्माला येणारा प्रत्येक जीव खाण्याचा तोंडाबरोबरच कामासाठी दोन हातही घेऊन येतो असे म्हणतात. पण आज या दोन हातांनाच काम नाही आणि काम नसलेले हे हात मग विध्वंसक कामांत गुंतले जातात. रिकाम्या पोटी चर्चा होत नसते की तत्त्वज्ञान कळत नसते त्यामुळे बेरोजगारी संपवणेच आवश्यक आहे.

निधर्मी राष्ट्राची संकल्पना आपल्या देशाने स्वीकारलेली आहे. त्याच आपल्या देशात आज धार्मिक मूलतत्त्ववाद रूजू लागला आहे. अतिरेक्यांच्या विघातक कारवायांना ऊत आला आहे. धर्म म्हणजे काय हेही न कळणारी तरुण पिढी या वेगवेगळ्या जातींच्या, संघटनांच्या भूलथापांना बळी पडत आहे. प्रांतवाद व भाषिकवाद यांनी एकात्म भारताच्या स्वप्नांचा चुराडा केला आहे. विभाजनवाद ठिकठिकाणी डोके वर काढत असून दिशाहीन तरुण वर्ग त्यांच्या मोहजालात फसत आहे. कारण 'रिकामे डोके सैतानाचे घर' या म्हणीप्रमाणे बेरोजगारीमुळे उदरनिर्वाहाचे साधन नसलेला तरुण याला बळी पडत आहे.

प्रत्येक बेरोजगारांना रोजगार देणे आणि रिकाम्या पोटाला पुरेसे अन्न हेच दहशतवादाला उत्तर असू शकते. आज देशात काम करू शकणाऱ्या वयोगटातील पाच कोटींहून अधिक लोकांना कोणत्याही स्वरूपाचा रोजगार उपलब्ध नाही. तर याहून अधिक लोकसंख्या अंशत: रोजगारीवर किंवा अर्धरोजगारीवर अवलंबून आहे. गावांमध्ये अल्पभूधारक व भूमिहीन शेतमजूर यांनाही शेतीमध्ये पुरेसे काम नाही, त्यामुळे त्यांनाही या बेरोजगारीला तोंड द्यावे लागले.

यासाठीच सरकारी पातळीवर गावांमध्ये भूमिहीन शेतमजुरांच्या कुटुंबांतील किमान

एका व्यक्तीला दरवर्षी किमान १०० दिवसांचा रोजगार उपलब्ध व्हावा, यासारखे उद्दिष्ट डोळ्यांसमोर ठेवून देशात राष्ट्रीय ग्रामीण रोजगार कार्यक्रम व ग्रामीण भूमिहीन रोजगार-कार्यक्रम यांसारखे काही कार्यक्रम अमलात आणले जात आहेत. महाराष्ट्रासारख्या राज्यात रोजगार हमीसारखे कार्यक्रम राज्यस्तरावर अमलात आणले जात आहेत.

सुस्थिर व सुसूत्र असा राष्ट्रीय स्तरावरील रोजगार कार्यक्रम, राज्यस्तरावरील रोजगार-कार्यक्रमांची या कार्यक्रमाशी योग्य सांगड, शहरी बेकारांसाठी व सुशिक्षित बेरोजगारांसाठी रोजगारनिर्मितीच्या स्वतंत्र योजना, खाजगी उद्योगधंद्यास उत्तेजन, सार्वजनिक प्रकल्पांची निर्मिती या प्रयत्नांद्वारेच हा प्रश्न सोडविण्याचा प्रयत्न सरकारी पातळीला केल्यास हे सहज शक्य आहे. याचबरोबर सरकारी नोकऱ्यांमध्ये पंचावन्नाव्या वर्षी निवृत्ती, जे स्वयंरोजगार निर्माण करू शकतात अशांना स्वेच्छानिवृत्तीला उत्तेजन दिले तरीदेखील बेरोजगारीला आळा घालण्यासाठी अल्प प्रमाणात का होईना पण मदत होईल.

बेरोजगारीचा प्रश्न सोडवण्यासाठी परंपरागत औपचारिक शिक्षणाची चौकट सोडायला हवी. आजची आपली शिक्षणव्यवस्था सर्वसमावेशक नाही. बऱ्याचदा तर असे चित्र दिसते की केवळ पुस्तकी शिक्षण घेण्यास लोक उत्सुक असतात. पण या पुस्तकी शिक्षणातून नोकरी मिळेलच याची शाश्वती नसते. आज आंतरराष्ट्रीय स्थिती पाहिली तर पदवी मिळवूनही बेकार असणाऱ्या विद्यार्थ्यांची संख्या खूप मोठी आहे. यासाठीच व्यवसायाभिमुख शिक्षण घेण्याकडे विद्यार्थ्यांचा कल असला पाहिजे.

सुसंस्कृत जीवनाला आवश्यक असणाऱ्या सर्व गोष्टी उपलब्ध होऊ शकतील अशी शिक्षणपद्धती म्हणजे व्यवसायशिक्षण होय. व्यवसायशिक्षणात साध्या सोप्या हस्तव्यवसायांपासून आधुनिक तंत्रज्ञानावर आधारित व्यवसायांचाही समावेश होऊ शकतो. हे व्यवसाय अगदी घरगुती स्वरूपातही करता येतात. मातकाम, बांबूकाम, विणकाम, यांसारख्या उद्योगांचा यात समावेश होऊ शकतो. या लघुउद्योगातून बेकारीच्या समस्येशी दोन हात करता येतील.

छोट्या उद्योगात प्रतिष्ठा न वाटता नोकरीत जीवनाचे सार्थक वाटते परंतु सर्वांना नोकरी तर मिळत नाही आणि व्यवसायाची आवड नसल्याने फक्त बेकारीतच भर पडते, त्यामुळे देशाचा विकास होत नाही.

म्हणून आजच्या काळात प्रत्येक तरुणाने व्यवसायशिक्षणाचे महत्त्व जाणून व्यवसायाभिमुख शिक्षण घेऊन स्वतःचा, समाजाचा, पर्यायाने देशाचा विकास साधला पाहिजे. व्यवसायशिक्षणानेच बेकारी दूर करण्यास मदत होईल. आपल्या व्यवसायातून रिकाम्या हातांना काम व भुकेल्या पोटाला अन्न मिळू शकेल. प्रत्येक सुज्ञ माणसाने हे ध्यानी घेऊन आपले उत्तरदायित्व पार पाडणे आवश्यक आहे.

◆ ◆ ◆

२९. जागतिकीकरणाचे आव्हान

१९४७ मध्ये भारताला स्वातंत्र्य मिळाले. त्यावेळी भारत कोणती राज्यपद्धती स्वीकारेल याकडे सगळ्या जगाचे लक्ष लागले होते. जगात त्यावेळी दोन विचारप्रणाली सत्ता गाजवत होत्या. एक रशियाचा साम्यवाद (Communism) आणि अमेरिकेची भांडवलशाही अर्थव्यवस्था (Capitalism) या दोन्ही देशांमध्ये शीतयुद्ध चालू होते. दोन्ही देश तंत्रज्ञान, अवकाशसंशोधन याबाबतीत आघाडीवर होते. या सर्व क्षेत्रांत आपण एकमेकांपेक्षा काकणभर सरस आहोत हे जगावर ठसवण्याचा त्यांचा प्रयत्न चालू होता. भांडवलशाही अर्थव्यवस्थेत होणारी कामगारांची पिळवणूक बघूनच कार्ल मार्क्स आणि फेडरिक एंजल्स यांनी साम्यवादी विचारसरणी जगापुढे मांडली आणि सर्व शोषित पीडित वर्गाला नवा आशेचा किरण दिसू लागला. परंतु साम्यवादातील त्रुटींमुळे १९९१ च्या आसपास हा फुगा फुटला. ज्याप्रमाणे हाताची पाचही बोटे सारखी नसतात, त्याप्रमाणे मानवा मानवांच्या क्षमता या भिन्न असतात. साम्यवादी तत्त्वप्रणालीच्या आधारे दोन व्यक्तींमध्ये पराकोटीची समानता आणणे हे मानवी स्वभावाला मारक ठरले आणि साम्यवादी अर्थव्यवस्था कोसळली. रशिया विभागला गेला. भारतीय स्वातंत्र्यसेनानी पं. जवाहरलाल नेहरू व रशिया यांची मैत्री जगजाहीर होती. त्यामुळे स्वातंत्र्यप्राप्तीनंतर भारत साम्यवादाकडे झुकेल असा कयास होता. पण नेहरूंनी द्रष्टेपणाने दोन्ही विचारप्रणालींचे चांगले गुण घेऊन मिश्र अर्थव्यवस्था (Mixed Economy) स्वीकारली अशा रीतीने आपल्या देशात खाजगी व सरकारी क्षेत्र दोन्ही क्षेत्रे अस्तित्वात आली.

१९९३ ला विकासाचा दर वाढविण्यासाठी आपल्याला जागतिकीकरणाचा स्वीकार करावा लागला. तत्कालीन पंतप्रधान पी. व्ही. नरसिंहराव यांनी याचा स्वीकार केला. जागतिकीकरण याचा अर्थ परदेशी कंपन्यांना व्यापारासाठी भारताची दारे उघडी करून देणे व आपला व्यापार त्या देशाकडे नेणे. जागतिकीकरणाचा सर्वांत मोठा फायदा म्हणजे स्पर्धा प्रचंड तीव्र होते. अनेक कंपन्या एकाच वस्तूचे उत्पादन करत असल्याने वस्तूची गुणवत्ता वाढवावी लागते. नाहीतर बाजारपेठांतून ते उत्पादन बाहेर फेकले जाते. म्हणूनच जे उत्कृष्ट आहे तेच टिकते व उत्पादनाची गुणवत्ता आपोआप वाढते. उदा. पूर्वी 'लॅक्मे' कंपनीची सौंदर्यप्रसाधने भारतात प्रचलित होती. परदेशी जाणाऱ्या माणसांना हमखास पाश्चात्त्य सौंदर्यप्रसाधने आणण्याचा सल्ला दिला जायचा. त्यामुळे 'लॅक्मेला' तशी स्पर्धा नव्हतीच. म्हणूनच वर्षानुवर्षे गुणवत्तेत कोणताही बदल न करता लॅक्मे अनेक वर्षे या क्षेत्रात आपले वर्चस्व गाजवत राहिली. पण परदेशी कंपन्या इथे आल्यावर मात्र 'लॅक्मे'ला आपला दर्जा सुधारणे आवश्यक ठरले आणि त्यांची गुणवत्ता आपोआप सुधारली. पूर्वी

महानगर टेलिफोनचा फोन घेण्यासाठी तीन–तीन वर्षे नावनोंदणी करावी लागत असे. आज पाश्चात्त्य तंत्रज्ञान जागतिकीकरणामुळे भारतात आले आणि मोबाइल फोन आदिवासी पाड्यांवरही दिसू लागले.

पाश्चात्त्य फळे, वस्तू यांनी भारतीय बाजारपेठा, मॉल दुथडी भरून आज वाहत आहेत. ग्राहक 'राजा' झालाय. त्याच्या समोर निवड करताना अनेक पर्याय उपलब्ध आहेत. तीस वर्षांपूर्वी मारुती गाडी रस्त्यावर आली तेव्हा पद्मिनी, प्रिमिअर, ॲम्बेसेडर गाड्यांची सवय असलेल्या भारतीय समाजाला केवढे अप्रूप वाटले होते म्हणे! आज रोज एक नवीन गाडी बाजारात येत आहे. हे जागतिकीकरणाचे फळ आहे.

अर्थात यात अनेक धोकेपण आहेत. परदेशी कंपन्या नफा वाढविण्यासाठी भारतीय हितसंबंधाना नजरेआड करू शकतात. ते आपल्या बाजारपेठा काबीज करू शकतात. पण आपण त्यांच्या बाजारपेठा का काबीज करू शकत नाही? कारण तंत्रज्ञानात ते आपल्यापेक्षा सरस आहेत. ५० वर्षे पुढे आहेत. या प्रक्रियेत उद्या जर भारतीय कंपन्या बंद पडल्या तर भारतीय उत्पादन राहणार नाही आणि व्यापार पूर्णपणे परदेशी कंपन्यांच्या हातात गेला तर अप्रत्यक्षपणे सरकारी नियंत्रण त्यांच्या हातात जाईल. भारतातील विपुल साधन संपत्तीचा वापर ते स्वतःच्या फायद्यासाठी करतील व भारत आर्थिक पारतंत्र्यात जाईल.

म्हणूनच जागतिकीकरणाचे तंत्र राबवताना सरकारने सावधगिरी दाखवली पाहिजे. भारतीय कंपन्यांना अधिक सोयी सवलती देऊन त्यांचा पाया मजबूत केला पाहिजे. पाश्चात्त्य देशांत भारतीय उत्पादनांना बाजारपेठा उपलब्ध व्हाव्यात म्हणून निर्यातीच्या धोरणात योग्य तो बदल करणे गरजेचे आहे. तरच जागतिकीकरणाच्या या रेट्यात भारतीय कंपन्या पर्यायाने, भारत टिकून राहील. हे आव्हान पेलण्यासाठी भारतीय बाजारपेठा तेवढ्याच सक्षम असणे गरजेचे आहे.

◆ ◆ ◆

३०. केल्याने देशाटन

सैर कर दुनियाकी, जिंदगानी फिर कहाँ?
जिंदगी अगर रही तो, नौजवानी फिर कहाँ?

थोर विद्वान पंडित राहुल सांस्कृत्यायन यांचा हा संदेश आहे. आपले सरकारही देशाटनास उत्तेजन देते. यापासून सरकारला अर्थप्राप्ती होते. परदेशी प्रवाशांकडून परकीय चलन मिळते. हा एक महत्त्वाचा फायदा आहे.

'जन्मास यावे आणि काशीस जावे' अशी म्हणच आहे. यामागे पुण्यसंपादन मोक्ष हे उद्दिष्ट तर होतेच पण प्रवासाची आवड निर्माण करावी अशी भावनाही होती. तीर्थयात्रेला आपल्या परंपरेत महत्त्वाचे स्थान आहे. आपल्या पूर्वजांनी प्रवासाला धार्मिक अधिष्ठान मिळवून दिले. काशीचे पाणी रामेश्वरला न्यावे आणि रामेश्वरची वाळू परत काशी विश्वेश्वराला वाहून आणली, तरच यात्रा पूर्ण होते, अशी आपली भावना आहे. केदारनाथला जरूर जा, पण नेपाळातील पशुपतिनाथ झाल्याशिवाय यात्रा पूर्ण होत नाही. रायगडचे दर्शन घ्यावेच परंतु रायगड प्रदक्षिणेचे पुण्य काही आगळेच आहे. 'परिक्रमा' करण्याची प्रथा आपल्याकडे आहे. चारधाम यात्रा करावी. अष्टविनायकांचे दर्शन घ्यावे शक्तिपीठे पाहावीत, असे परंपरागत मत आहे. यामागे देशाटन करणे हाच उद्देश असतो.' आपल्या पूर्वजांनी त्याचे महत्त्व जाणले होते. संसारातील जबाबदाऱ्या संपल्या की जुनी माणसे प्रवासाला निघत. अशा तीर्थयात्रेत मरण आले तर ते पुण्य समजले जाई. एखाद्यास मृत्यू आला असे म्हणायच्या ऐवजी 'उत्तरापंथे गमन केले' असे म्हणत. आपली बहुतेक तीर्थक्षेत्रे भारताच्या उत्तरेस आहेत.

शाळांमधून सहली काढल्या जातात. नोकऱ्यामध्ये असणाऱ्या प्रवाशांना त्यांच्या कार्यालयामार्फत प्रवासभत्ता मिळतो. आपले सरकारही प्रवाशांना सवलती देते. आज पुण्यसंपादन किंवा देवदर्शन एवढाच एक उद्देश राहिलेला नाही. प्रवासाच्या निमित्ताने आपण अनेक प्रकारची माहिती मिळवितो. निसर्ग जवळून पाहणे हा उद्देश त्यात आहे. शिवाय मानवाने अनेक ठिकाणी आपली करामत उभी केली आहे. त्यासाठीही आपण प्रवास करतो.

पर्वतशिखरावरून खाली खळाळत येणारे धबधबे, वरून खाली झेपावणारे नितळ पाणी, भव्य अजस्र आकाराचे दगड, दऱ्याखोऱ्या, थंड हवेची ठिकाणे, टोलेजंग इमारती, मानवनिर्मित वस्तुसंग्रहालये, जुने राजवाडे, किल्ले, प्रचंड धरणे, अणुभट्ट्या किंवा मोठमोठे विमानतळ किंवा बंदरे यांची माहिती प्रवासातूनच मिळते. नव्या जगातील चमत्कार पहाण्यासाठी प्रवास हे एकच साधन आहे.

प्रवासातून नेत्रसुख तर मिळतेच पण मनावरचे दडपण कमी होते. रोज त्याच त्या चाकोरीतून आपले जीवन चालू असते. त्यातून आपणास विरंगुळा मिळतो. चंद्रप्रकाशात सागरकिनाऱ्यावरून भ्रमंती करताना आपण अंतर्मुख होतो. अनेक ठिकाणची अभयारण्ये त्यातील पशुपक्षी पाहून जगाकडे पाहण्याचा आपला दृष्टिकोन अधिक व्यापक आणि अधिक विशाल होतो.

सागर ओलांडून जाऊ नये. असे बंधन धर्माने घातले होते. विवेकानंद, सुभाषबाबू, सावरकर ह्यांना ते मानवले नाही. लो. टिळकांनी प्रवास केला पण जनमानसाला महत्त्व देऊन त्यांनी प्रायश्चित घेतले. हे बंध झुगारल्यामुळे आपली प्रगती झाली.

प्रवासामुळे माणसामाणसांत जवळीक निर्माण होते. विवाहानंतर पती–पत्नीने प्रवास करावा देवदर्शनाला जावे.

'चराति चरतो भग:।' (चालणाऱ्याचे भाग्य चालते) असा संदेश पूर्वजांनी दिला. जगातल्या अनेक भटक्यांनीच नवनवे शोध लावले. त्यांचे अनुभव विस्तारले. त्याचा फायदा इतरांना मिळाला.कोलंबस, वास्को दी गामा ह्यांना नवा प्रदेश हाती लागला. भगवान बुद्धांच्या भूमीचे दर्शन घ्यावे या ओढीने या देशात आलेला चिनी प्रवाशी 'ह्युएनत्संग' चे अनुभव आपणास खूप काही सांगून जातात. तीनशे वर्षापूर्वी इथे आलेल्या कॉस्म-द-ग्वार्द या पोर्तुगीज इतिहासकाराने समर्थ रामदासांविषयी त्यांना प्रत्यक्ष पाहून वेधक लेखन केले आहे. आसेतुहिमाचल प्रवास करणाऱ्या जगद्गुरू शंकराचार्यांनी वैदिक संस्कृतीची पुनर्स्थापना केली. भगवान गौतमबुद्ध, भगवान महावीर, संत नामदेव, समर्थ रामदास, विवेकानंद, गाडगेबाबा यांनी संपूर्ण भारत भ्रमण केले.

जीवनावर प्रेम करणाऱ्या ज्ञानासक्त, कलासक्त माणसाला प्रवास ही पर्वणी असते. दाही दिशांना आनंद भरून राहिला आहे. आपले जीवन अर्थपूर्ण करण्यासाठी, निसर्गातील चमत्कार पाहण्यासाठी, मानवाची झेप समजून घेण्यासाठी देशाटन करावे लागते. गगनाला गवसणी घालण्याची हिंमत माणसातच आहे. त्यासाठीच भ्रमंती करावी लागते.

म्हणूनच वामनपंडित म्हणतात -

केल्याने देशाटन पंडित मैत्री सभेत संचार।
शास्त्रग्रंथ विलोकन याने मनुजा चातुर्य येतसे फार।।

◆ ◆ ◆

३१. गुरू एक दीपस्तंभ

'गु' म्हणजे अज्ञानरूपी अंधकार व 'रू' म्हणजे तो दूर करणे. त्यामुळे 'गुरू' म्हणजे दीप (जीवन) स्तंभ:

अखिल विश्वात भारतीय संस्कृती प्राचीन काळापासून आपल्या आगळ्यावेगळ्या शैलीने वंदनीय आहे. ''गुरु: साक्षात् परब्रह्म।'' असा गुरूचा गौरव भारतीय संस्कृती करते.

प्रत्येकाच्या, विशेषकरून मानवाच्या आयुष्यात गुरूला खूपच महत्त्वाचे स्थान आहे. गुरू ही त्याची निष्ठा, श्रद्धा असते. सन्मार्गाला नेणारा गुरूच असतो. 'एका ज्ञानी माणसाचा एक दिवस एका मूर्खाच्या संपूर्ण जीवनाबरोबर असतो.' अशा आशयाचे तर सुप्रसिद्धच आहे. जसे ग्रंथ आपल्याला ज्ञान देतात तसेच ज्ञान गुरूही आपल्याला देऊन विद्यासंपन्न करतात.

सामान्यत: आई ही आपल्या बालकाची आद्य गुरू असते. म्हणूनच तिला गुरू, कल्पतरू असे म्हटले जाते. भारतात गुरू – शिष्य परंपरा फार प्राचीन काळापासून विविध क्षेत्रांमध्ये दिसते. द्रोणाचार्य हे कौरव पांडवांचे गुरू. अर्जुनाला शस्त्रविद्या गुरूकडून मिळाली. एकलव्याला नाकारली गेल्यामुळे त्याने गुरूचा पुतळा उभारून त्याला वंदन करून धनुर्विद्येत असामान्यत्व मिळवले.

संत ज्ञानेश्वरांनी आपल्या वडील बंधूंना, संत निवृत्तिनाथांना गुरू मानले होते. 'माझं शब्दधन ही गुरूचीच देणगी आहे' असे ते मानत होते. संत एकनाथ व त्यांचे गुरू जनार्दनस्वामी हेसुद्धा सुपरिचित आहेत. शिवाय संत एकनाथांना जेथे जेथे काही शिकायला मिळाले, तेथे तेथे त्यांना आपला गुरूच गवसला. अजून पुढच्या काळातील जर आपण विचार केला तर संत रामदास हे छत्रपती श्रीशिवरायांचे गुरू होते. अध्यात्म व राजकारण शक्ती आणि युक्ती, विक्रम आणि वैराग्य यांची सांगड कशी घालावी हे त्यांनी शिवरायांना शिकवले.

साहित्यक्षेत्रातही आपल्याला अनेक प्रकारचे गुरू आणि शिष्य त्यांच्या शब्दसंपदेने प्रगल्भ दिसतात. श्रीपाद कृष्ण कोल्हटकर - राम गणेश गडकरी - आचार्य अत्रे ही मराठी विनोदी साहित्यातील गुरू–शिष्य परंपरा आहे. ताल – सूरांच्या विश्वातील जोडी तर सर्वश्रुतच आहे. उस्ताद अल्लारखा व उस्ताद झाकिर हुसेन, देवधर मास्तर व कुमार गंधर्व, मोगुबाई कुर्डीकर व किशोरी आमोणकर.

आपल्या व्यक्तिमत्त्वाला झळाळी देण्याचे काम गुरूच करतात. आपल्या शिष्याला अधिकाधिक तेजस्वी करण्याचे केवढे मोठे सत्कार्य गुरू करत असतात. आपण सर्वजण जी 'गुरुपौर्णिमा' साजरी करतो ती जगद्गुरू 'व्यासपौर्णिमा' म्हणूनच ओळखली जाते.

गुरूबिन ज्ञान न पावे
सद्गुरु की संगत कर रे ज्ञानी
तब गुणीजन मे गुणी कहलाएं।

हे गुरूंविषयी, सद्गुरूंविषयी गौरवोद्गार काढले आहेत ते उगाच नाही.

आपल्यापैकी प्रत्येकाला जीवनाच्या वाटेवर गुरू भेटतच असतो. त्यांच्याकडील ज्ञानकण घेऊनच आपण पुढे जात असतो. हे विधान किंवा गुरूंचे मोठेपण सचिन तेंडुलकरही नाकारणार नाही. अथवा एखादा विदेशी नागरिकही.

म्हणूनच आपण सर्वांनीच गीताची ही ओळ सतत गुणगुणायला हवी

'गुरूने दिला ज्ञानरूपी वसा
आम्ही चालवू हा पुढे वारसा.'

◆ ◆ ◆

३२. अंधश्रद्धा आणि नवी दृष्टी

''आपल्याला मूल व्हावे म्हणून हजारो निपुत्रिकांचा पुत्रकामेष्टी यज्ञ. देवी प्रसन्न करून घेण्यासाठी बापाने दिला मुलीचा बळी. विवरी, आरेवाडी येथे यात्रेत हजारो प्राण्यांचा बळी. चिखली गावात घरावर दगड पडू लागले. भानामतीचा प्रकार.'' अशा एक ना अनेक बातम्या वृत्तपत्रात अधूनमधून वाचायला मिळतात. यावरून आपल्या समाजात अद्याप किती अंधश्रद्धा आहेत याची सहज कल्पना येते.

श्रद्धा, निष्ठा, त्याग, सेवा यांचे आपल्या जीवनात महत्त्वाचे स्थान आहे. कुणाची देवावर श्रद्धा आहे, कुणाची माता – पित्यांवर तर कुणाची देशावर. श्रद्धेवर कोणी आक्षेप घेईल असे वाटत नाही. पण श्रद्धेच्या आहारी जाऊन माणसे अंधश्रद्ध बनतात. आपल्याला देव प्रसन्न आहे, असं सांगणाऱ्या बुवा किंवा भगताच्या पायावर डोके ठेवतात. त्यावेळी हे बुवा खोटेनाटे सांगून अज्ञानी लोकांची दिशाभूल करतात. अनेकदा हे भगतगिरी करणारे चमत्कार करून दाखवितात.

रिकाम्या हातातून उदी काढणे, तोंडात जळता कापूर टाकणे, मंत्र टाकून विष उतरवितो असा बहाणा करणे असे कित्येक प्रकार आहेत. पण हे सर्व चमत्काराचे सोंग म्हणजे हातचलाखीचे प्रकार आहेत. त्यात रसायनाचा किंवा एखाद्या साधनाचा वापर करतात हे आपण ध्यानात ठेवावे. दैवी शक्तीने कसलाही चमत्कार होत नाही.

जुन्या ग्रंथांत आहे तेच खरे मानण्याची वृत्ती वाढली की अंधश्रद्धा रूढ होते. माणसे अनेकदा अंधानुकरण करतात. धर्मग्रंथात लिहिलेल्या काही गोष्टी आज कालबाह्य झाल्या असतील तर त्या सोडून द्याव्यात. आपल्या पूर्वजांच्या काळात विज्ञानाची वाढ झाली नव्हती. आज नवनवे शोध लावले जात आहेत. त्यातून कित्येक जुन्या कल्पना मागे पडल्या आहेत.

हिंदुस्थानातील लोकांनी आगगाडी पाहिली नव्हती. इंग्रजांची सत्ता इथे होती. लॉर्ड डलहौसीच्या काळात गेल्या शतकाच्या मध्यावर इथे मुंबई-ठाणेच्या दरम्यान पहिली रेल्वे सुरू झाली, तेव्हा ते पाहून माणसे घाबरली. माणसे आगगाडीची पूजा करून, नारळ फोडून आत बसायची. आपल्या जीवाला धोका होऊ नये यासाठी हा खटाटोप होता. खरे स्वरूप आपल्याला नंतर समजले. आगगाडी हे एक प्रचंड वाहन आहे. तिची पूजा करण्याची गरज नाही, असा आत्मविश्वास आज निर्माण झाला आहे. सत्यज्ञानाने असे अंधश्रद्धेचे आत्मविश्वासात रूपांतर होते. हे आपण समजून घेतले पाहिजे.

देवीच्या अवकृपेने देवी येतात अशी कल्पना होती. पण आज ते आपण मानीत नाही. डॉ. जेन्नर, लुई पाश्चर अशा शास्त्रज्ञांच्या प्रयत्नांतून नव्या लशीचा शोध लागला.

आज सर्व जगातून देवीचा रोग नाहीसा करण्यात यश मिळाले आहे. 'देवीचा रोगी कळवा' हे आव्हान आहे.

अंगात देव आहे किंवा शक्ती आहे म्हणणाऱ्या एकाही तथाकथित देवाला उपासमारीतून माणसाला मुक्त करता आले नाही. तेहतीस कोटी देवांची कल्पना आपण मानतो. हजारो वर्षे कोट्यवधी देवांची वस्ती असलेला हा देश अद्याप गरीब आणि मागासलेला कसा? हा प्रश्न प्रत्येकाने स्वत:ला विचारावा. त्याचे उत्तर शोधावे.

देवाची प्रार्थना करून कुणाला मानसिक शांती मिळत असेल. परंतु ताटात भाकर येण्यासाठी शेतकऱ्याला मातीतच राबावे लागते. भविष्य, बुवाबाजी, मंत्र–तंत्र, जादुटोणा या गोष्टींवर आजही आपण विश्वास ठेवतो. मूल आजारी पडल्यावर डॉक्टरकडे न्यायच्या ऐवजी ताईत – गंडा दोरा करण्याऱ्या बुवाकडे नेतो. मूलबाळ होण्यासाठी माणसे देवाला नवस करतात. ऐसे नवस सायसे कन्यापुत्र होती । तरी का करणे लागे पती ॥ असा सरळ प्रश्न जगद्‌गुरू तुकाराममहाराजांनी विचारला आहे.

मूल होत नाही. लग्न जमत नाही. न्यायालयात यश मिळत नाही. अचानक धनलाभ होत नाही ते सर्व व्हावे, यश मिळावे यासाठी छु:मंतरचा आधार आपण घेतो. अंगात येणाऱ्या देवाकडून आपण कौल मागतो हे अज्ञानाचे लक्षण आहे.

विज्ञानाने आपल्याला फोन, तारायंत्र, उपग्रह, दूरदर्शन अशी साधनेच केवळ दिली नाहीत, तर शोधक बुद्धी दिली. अखंड श्रम, प्रयत्न – प्रमाद यांतूनच माणसाचा विकास झाला. नवनवे अनुभव घेऊन प्रत्येक पिढीबरोबर माणसाची प्रगती झाली. सर्प कात टाकतो त्याप्रमाणे जुन्या विचारांचा – कालबाह्य रूढींचा माणसाने त्याग केला म्हणूनच त्याची प्रगती झाली आहे.

बदलत्या नव्या काळाबरोबर नवी दृष्टी आपण स्वीकारावी. काळ बदलला याचा अर्थ कॅलेंडरवरच्या तारखा बदलल्या असा त्याचा अर्थ नाही. नवे ज्ञान, नवे तंत्रज्ञान – विज्ञान आले. हिंदुस्थानच्या दीड हजार वर्षांत जेवढी प्रगती झाली नाही त्यापेक्षा अधिक इंग्रजांच्या दीडशे वर्षांच्या सत्ताकाळात झाली. याचे कारण त्यांनी ही नवी दृष्टी स्वीकारली होती हेच होय.

अंधश्रद्धेच्या जोखडातून समाजाला बाहेर काढण्यासाठी ही नवी दृष्टीच स्वीकारावी लागेल. लोकरंजन आणि लोकशिक्षणातून नवी दृष्टी समाज स्वीकारील असा विश्वास वाटतो.

◆ ◆ ◆

३३. मराठी संतांची शिकवण

आठवीपासून मराठीचा पद्यविभाग उघडला की पहिल्या प्रथम संतांची अभंगवाणी शिकावीच लागते. 'जेथे जातो तेथे तू माझा सांगाती' या तुकाराम महाराजांच्या अभंगाची तेव्हा हटकून आठवण येते. पंडित भीमसेन किंवा लता मंगेशकरांनी गायलेले अभंग कानाला गोड वाटले तरी अभ्यासात आले की कंटाळवाणे वाटतात. संतांची शिकवण अशीच असते जी निश्चित सन्मार्गाकडे नेते. सन्मार्गाची वाटचाल अवघड असली तरी एकदा माणूस त्या वाटेने निघाला की त्याचा उद्धार होणारच. 'सत्' ची अनुभूती असणारी देवमाणसे म्हणजे संत. जनसामान्यांचा उद्धार करणाऱ्या, त्यासाठी निर्धारपूर्वक झटणाऱ्या महात्म्यांना मध्ययुगात संत असे म्हटले गेले.

भारतीय संस्कृतीत महाराष्ट्रीय संस्कृतीचे आगळे स्थान आहे. मराठी संस्कृती मराठी संतांची संस्कृती आहे. ग्यानबा – तुकारामांची ही संस्कृती आहे. मराठी माणसाला अभिमान वाटावा अशी एक समृद्ध संतपरंपरा महाराष्ट्राला लाभली आहे. त्यांनी अन्य प्रांतातील संतांनाही प्रेरणा दिली. कविवर्य वसंत बापट म्हणतात,

कबीर माझा, तुलसी माझा, ज्ञानेश्वर परि माझाच।
जयदेवचा जय बोला परि माझ्या नाम्याचा नाच॥

ज्ञानदेवे रचिला पाया । तुका झालासे कळस॥ असे संतकवयित्री बहिणाबाईंनी म्हटले. मराठी भाषा आणि मराठी संस्कृतीचा पाया तेराव्या शतकात ज्ञानदेवांनीच घातला. संस्कृतचा तोरा कमी करून मराठी भाषेत त्यांनी साहित्यरूपी सोन्याच्या खाणी उघडल्या. ब्रह्मविद्येचा सुकाळ केला. ब्रह्मविद्या ही उच्चवर्णीयांची मक्तेदारी होती. त्याविरुद्ध ज्ञानदेवांनी बंड केले. भक्तीच्या क्षेत्रात जात धर्म पंथ असा भेदभाव करू नये, असे त्यांनी स्पष्ट केले. ज्ञानदेवांनी महाराष्ट्रात पारमार्थिक लोकशाहीचा पाया घातला. त्यामुळे अनेक जातीजमातींतून संत उदयास आले. भक्ती, नामस्मरण यांच्या जोरांवर त्यांनी आपला व समाजाचा उद्धार केला. गोरा कुंभार, सावतामाळी, नरहरी सोनार, चोखामेळा, सेना न्हावी, बंका, जगमित्र नागा, तसेच मुक्ताबाई, जनाबाई, श्यामा, कान्होपात्रा अशा संतकवयित्री पुढे आल्या या सर्वांनीच प्रपंच करता करता परमार्थ साध्य केला. कर्तव्य पार पाडतानाच ईश्वराची प्रार्थना केली, नव्हे आपला व्यवसायच त्यांनी विठ्ठलमय केला. परमेश्वरप्राप्तीसाठी संसार टाकून वनात जाण्याची गरजच नाही. 'नलगे सायास जावे वनांतरा। सुखे येतो घरा नारायण ।' असा त्यांचा अनुभव होता.

'नाचू कीर्तनाचे रंगी । ज्ञानदीप लावू जगी ॥' म्हणणाऱ्या नामदेवांनी अखंड भ्रमंती

केली. भारतातल्या सर्व प्रांतात फिरून अनेक भाषांतून त्यांनी ब्रह्मज्ञान सोपे करून सांगितले. शिखांच्या ग्रंथासाहेबात संत नामदेवांचे अनेक अभंग आहेत.

परमार्थबुद्धीने प्रपंच करावा असे एकनाथांनी म्हटले. कथेच्या माध्यमातून, भारुडांच्या माध्यमातून उपदेश करणारा पहिला संत, ज्ञानेश्वरीचा पहिला संपादक अशी त्यांची ख्याती आहे. काशी येथे संस्कृत विद्वानांनी त्यांचा गौरव केला. ग्रंथासह त्यांची मिरवणूक काढली. लोकसाहित्यात गौळणी, भारुडे यांना त्यांनी प्रतिष्ठा मिळवून दिली.

सतराव्या शतकात या संतपरंपरेवर कळस चढविणारे संत तुकाराम पुढे आले. 'मऊ मेणाहुनि आम्ही विष्णुदास । कठिण वज्रास भेदू ऐसे ।।' असे त्यांचे जीवन दुधारी होते. जे का रंजले गांजले त्यांसी म्हणे जो आपुले । तोचि साधु ओळखावा देव तेथेचि जाणावा । अशी रोखठोक — स्पष्ट अशी त्यांची वाणी आहे.

तुकारामांचे समकालीन असलेल्या रामदासांनी 'मराठा तितुका मेळवावा । महाराष्ट्र धर्म वाढवावा।' असा उपदेश त्यांनी शिवरायांना केला. 'यत्न तो देव जाणावा', 'आधी प्रपंच करावा नेटका', आधि केले मग सांगितले. शक्तीची देवता हनुमान, दुष्टसंहारक राम यांची आराधना त्यांनी केली आणि करवली. 'दासबोध' हा व्यवहारधर्माची दीक्षा देणारा आदर्श ग्रंथ आहे.

स्वामी विवेकानंद, तुकडोजी महाराज, संत गाडगेबाबा, अण्णा हजारे, स्वामी रामदेव हे सर्व राष्ट्रीय संत किंवा राजकीय संत म्हणा हवं तर! इराण, लीबीया अशा अनेक देशांमध्ये रक्तरंजित क्रांती होत असताना आजही भारतात शांततामय मार्गाने क्रांती घडू शकते. ही या संतांनी समाजाला दिलेली आत्मप्रेरक शक्तीच होय.

अशा संतांच्या कार्याची थोरवी, त्याची व्यापकता शब्दांत कशी सांगावी? '

'काय वाणू आता संतांचे उपकार।
मज निरंतर जागविती ।।'

असे त्यांच्याच शब्दात म्हणावे लागेल.

◆ ◆ ◆

---

३४. हे विश्वचि माझे घर

'अवघाची संसार सुखाचा करीन । आनंदे भरीन तिन्ही लोक ।। असे म्हणणाऱ्या मराठी संतांनी हे सारे विश्व आपलेच एक कुटुंब मानावे असा थोर विचार मांडला आहे. संतांनी मानवतेचा धर्म सांगितला. चराचरावर प्रेम करावे, असे त्यांनी सांगितले. प्रत्येक

प्राणिमात्र हा ईश्वराचा अंश आहे. परमेश्वराचाच तो आगळा आविष्कार आहे, अशी त्यांची भावना होती. गाय पवित्र आणि गाढव अपवित्र असा भेदाभेद संतांनी कधी केला नाही. ज्याला सगळे जग विष्णुमय वाटते तोच वैष्णव. सर्व भेदभाव हे भ्रमकारक आहेत, अमंगल आहेत, अशी तुकोबांची धारणा होती. 'विष्णुमय जग, वैष्णवाचा धर्म । भेदाभेद भ्रम अमंगळ ॥' हेच खरे. भाकरीची चवड घेऊन धावणाऱ्या कुत्र्यामागे तुपाची वाटी घेऊन धावणारे नामदेव आणि तहानलेल्या गाढवाच्या तोंडात गंगेचे पवित्र पाणी ओतणारे संत एकनाथ हे एकाच मानवताधर्माचे पूजक होते.

विश्व हेच कुटुंब व्हावे, असे आजवरच्या सर्वच संतांचे महान स्वप्न होते. यासाठी समाजाचा छळ, अवहेलना सोसून आपले कार्य शांतपणे आणि मोठ्या चिकाटीने त्यांनी चालू ठेवले. हीच भावना रुजविण्यासाठी महंमद पैगंबरांनी प्रयत्न केले. येशू ख्रिस्तांना सुळावर मरण आले. संत मीराबाईंना विषाचा प्याला मिळाला. तुकारामांना अभंगांच्या वह्या इंद्रायणीत बुडवाव्या लागल्या. आपल्या राजवैभवाचा त्याग करून भगवान महावीरांना तसेच सिद्धार्थांना अरण्यवास पत्करावा लागला तो कशासाठी? मानवतेचा वेध घ्यावा, जगातील प्राणिमात्र एकमेकांचे मित्र व्हावेत सगेसोयरे व्हावेत यासाठीच हा त्याग होता.

महान विभूतींचे – प्रेषितांचे मानवतेचे स्वप्न अद्याप साकार झाले नाही. चिमटीत पकडलेला पारा सुळ्कन निसटतो. तल्लख मासोळी जाळीच्या फटीतून अलगद जाते, तशी ही मानवता हातात येऊन निसटून जाते. दिसता – दिसता नाहीशी होते असे दिसते.

जगाच्या वेगवेगळ्या विभागांत राहणारी माणसे 'जगा आणि जगू द्या' या न्यायाने गुण्यागोविंदाने राहू लागली, भाषा, प्रांत, जात, धर्म, पंथ, असा भेदभाव नाहीसा झाला आणि परस्पर बंधुभाव स्थापन झाला तर हे जग आणखी सुंदर दिसेल.

आपले हातपाय धड आहेत. निदान दोन वेळा का होईना आपण पोटभर जेवतो हे काय कमी आहे? हातापायांच्या बोटांची संवेदना नाहीशी झाली. नव्हे बोटे झडून गेली असे अनेक महारोगी आपल्याभोवती आहेत. ज्यांना संध्याकाळची भ्रांत आहे असे अर्धपोटी वावरणारे कितीतरी आहेत! त्यांचा विचार नको का करायला?

समाजात मूकबधिर आहेत. मतिमंद आहेत. अंध-अपंग आहेत. प्रतिकूल परिस्थितीवर मात करून ते पुढे येत आहेत. त्यांना आपण आधार देऊया. त्यांचे जीवन स्वावलंबी झाले तर जगण्याची त्यांची उभारी वाढेल.

आपल्याला मिळालेले यश हे आपले एकट्याचे कधीच नसते. त्यात अनेकांचा प्रत्यक्ष-अप्रत्यक्ष वाटा असतो. आपण समुदायात वावरतो. या समाजामुळेच आपले जीवन अर्थपूर्ण होते. समाजाचं देणं मी दिलं पाहिजे. यातून परोपकार घडला तर तेच पुण्य आहे. तोच खरा धर्म आहे. जपानमध्ये भूकंप होतो, त्सुनामी झाली त्यावेळी भारतातून

मदत जाते. भारतातील मुलांना सकस आहार मिळण्यासाठी बाहेरच्या राष्ट्रांतून मदत येते. हा मदतीचा वेग वाढला पाहिजे. परस्पर देवाणघेवाण झाली तर बंधुभाव निर्माण होण्यास वेळ लागणार नाही. ज्ञानदेवांनी पसायदान मागितले.

दुरितांचे तिमिर जावो, विश्व स्वधर्मसूर्ये पाहो।
जो जे वांच्छिल तो ते लाहो प्राणिजात॥

ही प्रार्थना सगळ्या जगासाठी आहे. चराचरासाठी आहे. 'भूतां परस्परें जडो मैत्र जीवांचें' ही तळमळ त्यामागे आहे. 'वसुधैव कुटुंबकम्' ही अवघे विश्व कवटाळणारी कल्पना आहे. आचार्य विनोबाजींनी 'जय जगत्' चा नारा लावला. आपण सर्वजण एकत्र येऊन, एक दिलाने काम करूया. अशा आशयाची प्रार्थना वेदांत आहे. ही विश्वबंधुत्वाची भावना या देशाने सतत जागविली आहे.

फ्रेंच राज्यक्रांतीतून स्वातंत्र्य-समता-बंधुता ही मूल्ये उदयास आली. विश्वबंधुत्वाची एक नवी लाट परत सर्व जगात उसळली. आज विज्ञानाने सर्व जगच जवळ आणले आहे. अंतराळातील वास्तव्याचा विचार आज चालू आहे. चंद्र काबीज केला. लवकरच मंगळावर भ्रमण सुरू होईल. संकुचित कोष भावनेचा त्याग करून विशाल मानवतेचा विचार आज झाला पाहिजे. आपली नजर दूरवर जावी.

जगातल्या सर्वच संतांनी विश्वबंधुत्वाची दीक्षा दिली आहे. न्यूटन, एडिसन, जेन्नर, गॅलिलिओ, कालिदास, शेक्सपिअर, व्यास आणि वाल्मिकी हे सर्व जगाचेच आप्त आहेत. 'युनो' 'रेडक्रॉस' किंवा 'युनेस्को' सारख्या संघटना सर्व मानवजातीसाठीच झटत आहेत. यातून विश्वकुटुंबाची कल्पना सिद्धीस जाण्यास वेळ लागणार नाही.

विज्ञानामुळे विश्व अधिकाधिक जवळ येत आहे. ग्लोबल व्हिलेज ही संकल्पना मूळ धरत आहे. परदेश प्रवास सोपा झाला आहे. या बदलाचे वर्णन करताना कविवर्य वसंत बापट म्हणतात,

दिशादिशांचे तट कोसळले। ध्रुव दोन्ही आले जवळी
मीही माझे पसरून बाहू। अवघ्या विश्वाते कवळी

◆ ◆ ◆

३५. अबला! नव्हे सबला!

समाजात पुरुष व महिला यांची निर्मिती निसर्गानेच केली. केवळ मानवी समाजातच नव्हे तर सर्व पशू व पक्ष्यांच्या अनेक जातींमध्येही ती व्यवस्था आहे. निसर्गनियमाप्रमाणे दोघेही समान हवेत. पण प्रत्यक्षात निसर्गाने मादीवर, स्त्रीवर पुनरुत्पत्तीची महत्त्वाची

जबाबदारी सोपवली असे असल्यामुळे खरे तर तिचे स्थान अधिक महत्त्वाचे हवे. पण प्रत्यक्षात जगातील विविध खंड, देश, प्रांत, धर्म, जाती, वर्ण या सर्व व्यवस्थांमध्ये महिलेचे स्थान बहुधा दुय्यम राहिले.

पुरुषशक्ती अधिक मजबूत असल्याची समजूत पुरुषाने स्वत: व महिलांनाही करून दिल्याने असे झाले असावे. वास्तविक हा भ्रमच आहे. गर्भ धारण करून तो गर्भाशयात पूर्ण वाढवण्याची क्षमता असलेल्या महिलेचे शरीर मजबूत असतेच. बाळंतपणे सोसूनही महिलांचे आयुर्मान पुरुषांहून बऱ्याच देशांत अधिक आहे. तरीही महिलांना अबला का म्हणतात ? हा प्रश्नच आहे.

खरे तर या शतकभरात सर्वच क्षेत्रांत स्त्रियांनी उत्तुंग झेप घेतली आहे. अगदी खास पुरुषांसाठी राखीव असलेल्या क्षेत्रातही आपल्या बुद्धीच्या जोरावर त्या शिरल्या आहेत. अन्यायाला प्रतिकार करण्याचे सामर्थ्य तिला प्राप्त होत आहे. लोकसंख्याशिक्षणाच्या प्रसारामुळे कुटुंब मर्यादित राखण्याची वृत्ती बळावत आहे. त्यामुळे स्त्रीवरील कौटुंबिक कामाचा ताण कमी होत आहे. विज्ञानजनित साधनांच्या वापरामुळे हा दैनंदिन कामाचा ताण सुसह्य होतो आहे. प्रसारमाध्यमांच्या द्वारे ज्ञानविज्ञानात स्त्रीची गती वाढत आहे. अनेक क्षेत्रांत स्त्री-प्रतिमा उजळून निघाली आहे.

आजच्या स्त्रीमध्ये आत्मविश्वास, धडाडी आहे. तिच्या कर्तृत्वाची क्षितिजे विस्तारलेली आहेत. जीवनातील प्रत्येक संधी टिपण्यास ती उत्सुक असते. अतिशय हुशार आणि हिशेबी अशी आजच्या स्त्रियांची ओळख आहे. आजच्या स्पर्धेत त्या संसार, नोकरी आणि करिअर अशा तिन्हीं क्षेत्रांमध्ये आघाडीवर आहेत. मागील पिढीच्या तुलनेत प्रचंड महत्त्वाकांक्षी असलेल्या आजच्या मुली जीवनाचा सर्वार्थाने भोग घेण्यास उत्सुक असतात. या मुलींमध्ये लोकसेवेची जाण अधिक आहे. म्हणूनच मेधा पाटकर, किरण बेदी, मंदा आमटे, राणी बंग या सामाजिक क्षेत्रांत झोकून देणाऱ्या महिलांचे कर्तृत्व ठळकपणे जाणवते. आपल्यावर अन्याय झाल्यानंतर घर सोडून हजारो अनाथ मुलांची आई होणाऱ्या सिंधुताई सपकाळ यांना अबला कोण म्हणेल? अशक्यप्राय गोष्टीही प्रतिकूल परिस्थितीत जिद्द आणि प्रामाणिक प्रयत्नांनी करता येऊ शकतात. हे आजच्या स्त्रीने सिद्ध करून दाखविले आहे. मग ती शिखरे सर करणारी कृष्णा पाटील असो किंवा दोन्ही ध्रुवांवर पॅराजंपिग करणारी शीतल महाजन असो.

प्रस्थापित राजकारणाच्या चौकटीतही स्त्रियांचा सहभाग वाढतच आहे. राष्ट्रपती या सर्वोच्च घटनापदी प्रतिभा पाटील आहेत. तर लोकसभेत विरोधी पक्षनेत्या सुषमा स्वराज आहेत. लोकसभेचे अध्यक्षपदही मीराकुमारीच भूषवीत आहेत. पंतप्रधानपदी इंदिरा गांधींनी गाजवलेल्या कर्तृत्वाची आठवण आजही समाज काढीत आहे. राजकारणात स्त्रियांसाठी ५० टक्के जागा राखीव ठेवल्या आहेत.

अर्थार्जनाच्या क्षेत्रात स्त्री रुळू लागली आहे. पाळण्याची दोरी हाती धरणाऱ्या स्त्रीच्या अंगी जगाचा उद्धार करण्याचे सामर्थ्य आले आहे. भारतासह इंग्लंड, कॅनडा, आखाती देश, हाँगकाँग, सिंगापूर या देशांमधल्या आर्थिक बाजारातले आय.सी.आय.सी.आय बँकेचे सर्व प्रकारचे व्यवहार हाताळणारी शिल्पा शिरगावकर असो किंवा वैमानिक सौदामिनी देशमुख असो किंवा मोटारवुमन सुरेखा नाहीतर अंतराळवीर कल्पना चावला असो. या साऱ्याजणी आता अबला नव्हे सबला असल्याचे दाखवून देत आहेत.

आजच्या स्त्रीने घर आणि काम दोन्ही गोष्टी नजाकतीने पेलायची शक्ती आणलीय. नवऱ्याचा व्यभिचार कळल्यावर तो सहन करणारी पूर्वीची ती आता त्याला सरळ सोडून द्यायचा विचार करू लागलीय. विचार न पटणाऱ्या नवऱ्याशी रडत-कुढत संसार करत राहण्याऐवजी स्वत: घटस्फोट देऊ लागली आहे.

याचा अर्थ ती खूप सुखी आहे का? त्याचे खरे उत्तर तिने तडजोड स्वीकारलीय. सकारात्मकतेने पाहण्याची वृत्ती तिने स्वत:मध्ये बाणली आहे. आजच्या स्त्रीने स्वत:ला इतके ताकदवान केलंय की पुरुषाला यावेच लागले आहे तिच्या बरोबरीने, तिच्या वेगाने. मातृत्वही पुरुषाशिवाय स्वीकारलंय, सिंगल पेरेंट होण्याचे धाडस करणारी स्त्री कुणासाठीही थांबणार नाही. आजची स्त्री वाऱ्याच्या वेगाने, कात टाकून सर्वार्थाने नव्या जगण्याकडे निघाली आहे.

◆ ◆ ◆

३६. स्त्री – पुरुष समानता – काळाची गरज

'न स्त्री स्वातंत्र्यम् अर्हति ।' ही मनु - उक्ती स्त्रीच्या ललाटावर कायम कोरली गेली आहे. 'चूल आणि मूल' एवढेच तिचे कार्यक्षेत्र मर्यादित आहे. 'चार भिंतींच्या आतच तुझे जीवन.' एकदा घराच्या उंबरठ्याच्या आत रवानगी झाली की मृत्यूशिवाय तिची सुटका नाही. असेच वास्तव 'स्त्री' च्या नशिबी होते. शाळेत असताना मूल्यशिक्षणाच्या तासाला 'स्त्री-पुरुषसमानता' असं एक मूल्य शिकवत असत.

तेव्हा वर्गातील सर्व मुले म्हणत. कुठे आहे स्त्रीपुरुषसमानता ? बसमध्ये स्त्रियांसाठी राखीव सीट्स, कॉलेजला प्रवेश घेताना 'गर्ल्स कोटा'.

त्यांना काय माहिती की घरी आल्यावर आम्हाला 'गर्ल कोट्यातली' कामं करायची असतात सगळा अभ्यास वगैरे सांभाळून !

कधी तिला गृहदेवता, स्वामिनी, देवी या गोंडस शब्दांनी बंधनातही अडकवले

गेले आहे. मग तो भाग शहरी असो अगर ग्रामीण. भौगोलिक रचना वेगळी पण मानसिक रचना तीच. दृष्टिकोन तोच!

महात्मा जोतीराव फुले व त्यांच्या पत्नी सावित्रीबाई फुले या दांपत्याच्या अथक प्रयत्नांमुळे आज कितीतरी मुलींना शिक्षण मिळत आहे. त्यांनी लावलेल्या ज्ञानबीजाचे आज ज्ञानवृक्षात रूपांतर झाले आहे. या 'सावित्रीच्या लेकी' आज नुसत्याच साक्षर नाहीत तर मनानेसुद्धा उंच उंच भरारी घेत आहेत. शिक्षण मिळाल्यामुळे त्या बंधनातून बाहेर पडत आहेत.

आजचा काळ असा आहे की स्त्रीने जीवनातील सर्व क्षेत्रांत आपले अस्तित्व दाखविले आहे. तरीही मनात सतत एक प्रश्न भेडसावतो आहेच की 'स्त्री' कडे एक व्यक्ती म्हणून पाहिजे जाते का? उत्तर नकारार्थीच अधिक येईल.

ज्ञानसंपादनामुळे स्त्री जरी गुलाम राहिली नसली तरी गुलामी, दडपशाही पूर्णत: दूर झालेली नाही. झोपडीत राहणारी मात्र शिक्षणाचे महत्त्व समजलेली स्त्री आपल्या मुलाला शाळेत घालते. प्रसंगी मोलमजुरी करते; पण तिच्या वाट्याला दिवसभर कष्ट केल्यावर हाती मिळते ते अपयशच. पिऊन आलेल्या पतीचा मार व उपाशी पोट. तरीही ही माउली जिद्दीने 'कंदिलाची वात' मोठी करत आपल्या मुलाला शिकवते. पण तिच्या मनाचे काय? बरं घरात मुलगीही असते. तिच्या शिक्षणाचे, मनाचे काय?

एखादी स्त्री जरा धाडसी, करारी असेल व एखादा पुरुष थोडा हळवा, संवेदनशील असेल तर काय बिघडलं? 'व्यक्ती' म्हणून जोपर्यंत आपण पाहत नाही. तोपर्यंत निकोप समाजरचना निर्माणच होणार नाही.

अजूनही आम्ही सुधारलेले आहोत, आधुनिक आहोत असं म्हणणाऱ्या घरात 'वंशाचा दिवा' हवा हं, गर्भलिंगपरीक्षा करून घ्या हे शब्द कुठेतरी हळूच उमटत असतात.

एखाद्या मुलाला आर्टस् (Arts) कलाशाखेकडे जायचे असेल तर त्याला वेडा समजले जाते व मुलीने विज्ञान शाखा निवडायचे ठरविले तर तत्काळ तिला लग्नाच्या बेडीत अडकविले जाते. मुलाच्या उच्च शिक्षणासाठी गुंतवणूक व मुलीच्या विवाहासाठी हे शब्द नाही म्हटलं तरी खटकतात. दोघांचेही शिक्षण व विवाह तितकाच महत्त्वाचा आहे. घरातील कामांमध्येसुद्धा तफावत केली जाते. त्यामुळे आजच्या 'स्त्री' ने मनात आणले तर हे चित्र नक्की बदलेल. मात्र घरातील इतरांनीही तिला साथ द्यायला हवी.

एखादी स्त्री विधवा, घटस्फोटिता असेल तर तिच्याकडे समाज थोड्या उपेक्षेनेच पाहतो. समाजाची ही दृष्टी बदलणे फार गरजेचे आहे. हुंडाबळी, बलात्कारित स्त्री यांची खरं तर काय चूक असते? खरे तर, सर्व माणसे समान आहेत, या तत्त्वाला आपल्या जीवनात जेव्हा मानाचे स्थान मिळेल, तेव्हाच स्त्रीलासुद्धा 'रंग सुखाचे' दिसतील.

लहानपणी पित्याच्या, तरुणपणी पतीच्या, आयुष्याच्या संध्याकाळी मुलाच्या

ताब्यात असलेली ही बंदिनी कधी मोकळा श्वास घेणार ? त्यासाठी संपूर्ण समाजाची मानसिक जडणघडण मुळापासून बदलणे खूप आवश्यक आहे. प्रत्येकाच्या मानसिक संतुलनासाठी 'व्यक्ती' म्हणून तिला जगू देणे हे खूप गरजेचे आहे. सुदैवाने आजची परिस्थिती थोडी बरी आहे. मुली शिकतात. अगदी उच्चशिक्षण घेऊन परदेशीदेखील स्वबळावर जातात 'अबला नव्हे सबला' असं ठणकावून सांगतात.

एकूण काय, गरिबीतील स्त्री असो वा लक्ष्मी आणि सरस्वती नांदत असलेल्या घरातील स्त्री असो ज्यावेळी ती 'मोकळा श्वास' घेईल त्याचवेळी समाधानरूपी देवता तिथे नांदेल व आनंदाचा नंदादीप अखंड तेवत राहील.

• • •

---

३७. एड्सची भीती

चारित्र्यवान समाज हा नेहमीच निकोप, आरोग्यपूर्ण, आनंदी आयुष्य जगतो. परंतु समाजाची वैचारिकता, नीतिमत्ता, विश्वासार्हता जेव्हा ढासळते तेव्हा निसर्गच राक्षसाच्या रूपाने अशा समाजाचा संहार करतो.

पूर्वी जगात 'महारोग' म्हणजे लेप्रसी या रोगाला भयंकर म्हणून समजलं जायचं. त्याच्या नावातच त्या रोगाची भीती आणि तीव्रता स्पष्ट होत होती. पुढे कर्करोगाने महारोगाची जागा घेतली आणि आता कर्करोगावर थोड्याफार प्रमाणात यश येत असतानाच १९८२ साली एड्सबद्दलचे पहिले-वहिले वृत्त वॉशिंग्टन येथे प्रकाशित झाले. त्यानंतर १९८७ च्या ऑक्टोबरमध्ये 'शिकागो ट्रिब्यून'ने रॉबर्ट या एड्सच्या पहिल्या रुग्णाची कहाणी प्रकाशित केली.

मध्य आफ्रिकेतील आदिवासींमध्ये ग्रीन मंकीजचे रक्त पिण्याची प्रथा आहे. त्यामुळे वैषयिक भावना उद्दीपित होतात असा समज आदिवासींमध्ये आहे. या माकडांच्या रक्तात रोगकारक नसणारे (नॉन पॅथोजनिक) विषाणू आढळतात. त्यांच्या रक्तप्राशनातून हा रोगकारक नसलेला विषाणू माणसात शिरला असावा असा तज्ज्ञांचा कयास आहे.

१९८६ मध्ये जागतिक विषाणू तज्ज्ञांनी आंतरराष्ट्रीय परिषदेत या विषाणूचे 'ह्युमन इम्युनोडेफिशिअन्सी व्हायरस' असे नामकरण केले. एड्स हा एच.आय.व्ही.मुळे होतो हे १९८४ साली निश्चित झाले. त्यामुळे एड्सची सूक्ष्मग्राही रक्तचाचणी विकसित करण्यात शास्त्रज्ञांना यश आले.

सुमारे २५ वर्षांच्या कालखंडानंतर एड्सवर जगभरात वेगाने संशोधन सुरू आहे.

जागतिक आकडेवारीच्यानुसार १९९६ च्या अखेरपर्यंत संपूर्ण जगात २ कोटी २६ लाख लोकांना लागण झाली. मग आतापर्यंत हा आकडा किती वेगाने फुगला असेल याची कल्पनाच माणसाच्या मनात भयंकर भीती निर्माण करणारी आहे.

एड्स होण्याला कारणीभूत असलेल्या असंख्य कारणांपैकी अज्ञान हे प्रथमदर्शनी कारण जगासमोर आले आहे. दोन व्यक्तीमधील शारीरिक संबंध हा योग्य परंतु अनैतिक संबंध किंवा समलिंगी संबंध या रोगाला निमंत्रित करतात असे जागतिक आरोग्य संघटनेच्या लक्षात आले.

भारतात एड्सचा विविध वाटांनी प्रसार होताना दिसतो. असुरक्षित संभोग, दूषित रक्तदान, वापरलेल्या इंजेक्शनच्या सुया इत्यादी या वाटा होत. याचे समाजात दूरगामी परिणाम दिसू लागले आहेत. व्यक्तिगत जीवनावर, कौटुंबिक जीवनावर त्याचा परिणाम हृदय पिळवटून टाकणारा आहे. एच.आय.व्ही. चाचणीत सिद्ध झाल्यास माणूस शरीराने खचतोच परंतु मनाने खचल्यास त्यांच्यावर औषधांचाही अनुकूल परिणाम होत नाही.

प्रथम ताप येणे, वजन वेगाने कमी होणे, चक्कर येणे या व यांसारख्या लक्षणांनी एड्सची सामान्यपणे सुरुवात होते. झिजून-झिजून मारणाऱ्या या रोगावर जगभरात संशोधन चालू असूनही निश्चित औषधांचा आजपावेतो शोध लागलेला नाही, हे सत्य नाकारता येणार नाही.

या रोगाला प्रतिबंध करणारी साधने वापरणे, लग्नाअगोदर रक्तचाचणी करणे या विषया-विषयी जागृती करणे हे प्रबोधनाचे काम आज अनेक आरोग्यसंस्था, सेवाभावी संस्था, सर्व शासकीय रुग्णालये यांच्यातून केले जात असून शाळा, कॉलेजसारख्या शैक्षणिक संस्था एड्सविषयी जाणीवपूर्वक जागृतीचे काम करीत आहेत.

एड्स हा असाध्य रोग आहे हे जरी खरे असले तरी तो न होण्यासाठी प्रत्येक माणसाने नैतिकतेने जगण्याचा, विश्वासार्हतेने जोडीदाराबरोबर आयुष्याचे सुंदर क्षण अनुभवण्याचा प्रयत्न करणे हाच त्यावर उत्तम उपाय आहे.

शेवटी विज्ञानाला एड्सचे आव्हान आहेच पण त्याहीपेक्षा एड्सचं आव्हान जागृत समाजाची निर्मिती करण्यासाठी माणसाने स्वीकारलं पाहिजे.

◆ ◆ ◆

३८. भारतीय सणांचे बदलते स्वरूप

'भारत हा सर्वाधिक सुट्ट्यांचा देश' वर्तमानपत्रात हे वाचलं आणि मी खरोखरची दिनदर्शिका काढून सण आणि सुट्ट्या मोजू लागले.

भारत हा विविधतेने व संपन्नतेने नटलेला देश आहे. अनेक प्रांत, अनेक भाषा, अनेक संस्कृती आपल्या देशात सुखाने नांदत आहेत. दसरा, होळी असे काही सण सर्वजण साजरे करतात. तर आज हजारो वर्षापासून आपल्याकडे चालत आलेली संस्कृती तिचे स्वरूप हळूहळू बदलत आहे. जागतिकीकरणाच्या (globalisation) या युगात असे बदल घडणे अत्यंत स्वाभाविक आहे. भारतीय संस्कृती प्रामुख्याने जिथे प्रतिबिंबित (reflect) होते ते महत्त्वाचे अंग म्हणजे भारतीय सण. त्यांच्या स्वरूपातही बदल होणारच. नागपंचमी, पोंगल असे काही सण ठराविक प्रांतातच साजरे होतात.

लोकमान्य टिळकांनी सार्वजनिक गणेशोत्सव सुरू केले. त्यामागचे कारण हे वेगळे होते. जाती-जमातींमध्ये विखुरलेल्या भारतीय समाजाला एक करणे व त्याद्वारे ब्रिटिश साम्राज्याच्या विरोधात त्यांना जागृत करणे हे उदात्त ध्येय उराशी बाळगून हा उत्सव सुरू झाला; पण आज दुर्दैवाने या उत्सवाचा वापर राजकीय कारणांसाठी केला जातो. लोकांकडून गोळा केलेल्या पैशाचा वापर कसा केला जातो हे सर्वांनाच माहीत आहे. मूळात गल्लो-गल्लीत साजरे होणारे गणेशोत्सव थांबवले गेले पाहिजेत. त्यापेक्षा प्रत्येक विभागाचा एक गणेशोत्सव मंडळ स्थापन करून अखंड विभागाकडून देणगी, वर्गणी जमा करून आपल्या विभागाचा विकास करण्याचा उपक्रम आखता येईल. सरकारकडून आपला विकासाची अपेक्षा करण्यापेक्षा आपणच आपल्या विभागाचा विकास करता येईल. राज्यात सर्वत्र वीजटंचाई असताना गणपतीची रोषणाई करण्यासाठी केवढी तरी वीज वाया घालवली जाते. गणपतिविसर्जनामुळे तलाव, विहिरी वगैरे प्रदूषित होतात. कारण गणपतींच्या मूर्तीसाठी रासायनिक रंगांचा वापर केला जातो. तरीदेखील कृत्रिम तलावात लोक मूर्ती विसर्जित करायला तयार होत नाहीत. मिरवणुकीत मोठमोठ्याने लाऊड स्पीकर लावले जातात व ध्वनिप्रदूषण केले जाते. या सर्वांच्या ऐवजी जर फक्त झांजा टाळ घेऊन आपण मिरवणूक काढली तर नाही चालणार का ? गोळा झालेल्या पैशाचा वापर समाजोपयोगी कार्यांसाठी केला तर भारताचा विकास साधला जाईल. लालबागचा राजा, सिद्धिविनायक ट्रस्ट, श्रीमंत दगडूशेठ गणपती दानपेटीतून मिळणाऱ्या पैशाने आजकाल असे उपक्रम केले जात आहेत.

रंगपंचमी, होळी या दिवशी एकमेकांना रंगवून जीवनाचा आनंद लुटणे यांच्याऐवजी आपण रासायनिक रंगांनी भरलेलो फुगे भरून एकमेकांवर मारतो. यातूनच मग अपघात

घडतात. नागपंचमीला वारुळाला जाणं, गाणी म्हणणं कसं शक्य आहे? जेव्हा गारुडी टोपलीतून नाग घेऊन शहरात फिरतात तेव्हा कळतं की आज नागपंचमी आहे.

वटसावित्रीची पूजा आपण करतो त्यामागे केवढा तरी मोठा शास्त्रीय दृष्टिकोन आहे. वडाचे झाड हे सर्वात जास्त ऑक्सिजन देणारे झाड आहे. पूजेच्या निमित्ताने या झाडाचे संरक्षण करणे अपेक्षित आहे. पण आज बायका वडाच्या फांद्या तोडून घरी आणतात. एक फांदी तयार करण्यासाठी झाडाला चार ते पाच महिने लागतात. या फांद्या तोडून पर्यावरणाचा केवढा मोठा ऱ्हास आपण करतो आहोत? हे कुणाच्या कसे लक्षात येत नाही? दसऱ्याला आपट्याची पाने तोडून वाटण्यापेक्षा एकमेकांना शुभेच्छा दिल्या तर ते जास्त योग्य होईल.

दहीहंडीसारखा सण तर राजकीय पक्षांची शक्तिप्रदर्शन करण्याची स्थळे झालेली आहेत. उंच उंच दहीहंड्या उभारताना त्या फोडता येतील का नाही याचाही विचार केला जात नाही. दिवसभर कानठळ्या बसवणारा लाउडस्पीकरचा आवाज व त्यावर नाचणारी अंदाधुंद तरुण पिढी. सणांच्या माध्यमातून आमच्यासारख्या तरुण पिढीला पुन्हा एकदा नवी प्रेरणा देणारे एखादे लोकमान्य टिळक अवतरतील का? चला, आपणही आपापल्या भागात तसे प्रयत्न करू या.

◆ ◆ ◆

३९. शिक्षणाच्या चक्रव्यूहात सापडलेला विद्यार्थी

माणसाच्या आयुष्यातील विद्यार्थिदशा ही खूप महत्त्वाची असते. तसं म्हटलं तर आपण आयुष्यभर विद्यार्थीच असतो. ज्याच्याकडे जे जे शिकण्यासारखे आहे ते-ते शिकून आपले व्यक्तिमत्त्व आपण प्रभावी करत राहिले पाहिजे.

परीक्षा, अभ्यास, पेपर्स ह्या गोष्टी जर विचारात घेतल्या तर शिशुवर्गात नाव दाखल केल्यापासून पदव्युत्तर शिक्षणापर्यंत विद्यार्थिदशा चालू असते. खरे तर विद्यार्थी हा शिक्षणाच्या केंद्रस्थानी असतो. स्वत:च्या समाजाच्या आणि पर्यायाने देशाच्या विकासासाठी सुदृढ व समाधानी विद्यार्थी आवश्यक असतात. पण त्याच्याच भोवती नानाविध समस्या आहेत.

खरे तर अनेक विचारवंतांनी शिक्षणाचे माध्यम 'मातृभाषा' असावी असे सांगितले आहे. पण त्याकडे चक्क दुर्लक्ष केले जाते. लहान विद्यार्थ्यांना काय समजतंय? त्यांच्या मनाचा कोण विचार करतंय? त्यामुळे खोट्या प्रतिष्ठेपायी, अहंपणामुळे त्याला इंग्रजी माध्यमाच्या शाळेत घातले जाते. म्हणजे रोज बोलायची भाषा वेगळी व शाळेत

अभ्यासाची, शिकायची भाषा वेगळी अशा कात्रीत ते मूल सापडते. इंग्रजी ही व्यवहारासाठी आवश्यक भाषा असली तरी मातृभाषेला डावलून त्या परकीय भाषेकडे ओढा असणे हे त्या मुलाच्या अभ्यासाच्या गोडीला मारक ठरते. मातृभाषेतून शिक्षण सुलभतेने होते. काळाची गरज म्हणून त्याने इंग्रजी भाषा शिकायला हरकत नाही. अलीकडे खूप ठिकाणी विभक्त कुटुंब-पद्धतीच आहे. नोकरी व्यवसाय आटोपून घरी आल्यावर त्याचा 'होमवर्क' घ्यायला पालकांकडे वेळ असतो का ? मग या ठिकाणी त्याला शिकवणी वर्गात घातले जाते. एकीकडे आपण विद्यार्थ्यांच्या सर्वांगीण विकास व्हायला पाहिजे असे मानतो. पण दिवसभराच्या या चक्रव्यूहातून तो खेळणार कधी ? मोकळा श्वास कधी घेणार ? कोंडलेल्या मनाचा विद्यार्थी काय विद्यार्जन करणार ? खरे तर ही 'रॅट-रेस' आहे. स्पर्धा असली तरी ती निकोप असावी. पण अभ्यासाबरोबर अभ्यासेतर गोष्टींचाही योग्य तो समन्वय हवा.

काहीवेळा मुलांना घरी अभ्यासासाठी पुरेशी जागा नसते. त्याचाही नाही म्हटलं तरी अभ्यासावर वाईट परिणाम होतोच. कधी कधी घरातील वातावरण पोषक नसते, त्याचाही परिणाम मुलांच्या विद्यार्जनावर होऊ शकतो. मुलं, विद्यार्थी एकदम असुरक्षित होतात.

कधी-कधी पालक आपल्या अवास्तव महत्त्वाकांक्षा आपल्या अपत्यांवर लादतात. अमुक एका शाखेकडे जायचे नसले तरी विद्यार्थ्याला पालकांच्या हव्यासापायी ती शाखा निवडावी लागते. कधी-कधी पाल्य मुलगा की मुलगी ह्यांवरूनही शिक्षणाच्या शाखा निवडल्या जातात. आपल्याला आवडीच्या क्षेत्रात प्रवेश न मिळाल्यामुळे आधीच नाराज असलेला विद्यार्थी पुढच्या ताणामुळे या सर्व चक्रव्यूहातून निसटता निसटता दहावी चांगल्या प्रकारे नव्वद टक्के गुण मिळवून तो उत्तीर्ण होतो तेव्हा कॉलेजला प्रवेश ही एक मोठ्ठी समस्या उभी ठाकते. SSC बोर्ड की ICSE की CBSE? ही पद्धती, शिक्षणपद्धतीत असलेला हा फरक आपण हुशार बाकीचे मठ्ठ अशा पद्धतीने विद्यार्थ्यांत फरक करतो.

खाजगी शाळांत शिक्षणाव्यतिरिक्त शाळेतील उत्तम व्यवस्था, शाळेचे गोंडस रूप यांकडे लक्ष पुरवल्यामुळे विद्यार्थ्यात शिक्षणाऐवजी बाकीच्या गोष्टींचे आकर्षण वाटायला लागते. शिक्षणातील परीक्षापद्धतीत सतत होणारे बदल विद्यार्थ्यांचा जीव टांगणीला लावतात.

दरवर्षी प्रवेशाचे निकष बदलत राहतात. कधी परसेंटेल म्हणे, तर कधी बेस्ट ऑफ फाइव्ह, जातिनिहाय राखीव जागा, परप्रांतीयांसाठी राखीव 'कोटा' मुलींचा कोटा या सर्वांतून हवी तिथे (पालकांना हवी तिथे) प्रवेशाची खात्री नाहीच. हव्या त्या अभ्यासक्रमात प्रवेश घ्यायला मिळत नाही म्हणून तो अभ्यासाहून खूप दूर निघून जातो. म्हणजेच पात्रता, गुणवत्ता आहे पण मनाचा विचार न केल्यामुळे त्याला विद्यार्जन करायला मिळत नाही.

उत्तर : इंग्रजी भाषेत तीन 'F' आहेत.

F = फ्रेंड, F = फॅशन, F = फ्रस्ट्रेशन. असा विद्यार्थी मग कधी-कधी मित्राच्या संगतीने व्यसनांच्या आहारी कधी जातो हे त्याचे त्यालाच कळत नाही. कधी फॅशन म्हणून घेतलेला 'एकच प्याला' जीवनाचा अंतही घडवू शकतो. नैराश्यामुळे तर माणूस हळूहळू आतून पोखरला जातो. हा मार्ग जातो कदाचित आत्महत्येकडे...

म्हणूनच म्हणावसं वाटतं.

Give me some sunshine
Give me some rain
Give me another chance
I want to grow up once again

◆ ◆ ◆

४०. नवे दान - नवे धर्म !

"दे दान सुटे गिराण (ग्रहण)" असे म्हणतात. दान दिल्यावर आपल्या मागचे ग्रहण सुटते अशी परंपरागत कल्पना आहे. दानाची कल्पना आपल्याला तशी नवी नाही. आपल्या मनावर धर्माचा पगडा आहे. धर्माचा एक भाग म्हणूनच आपण दानाकडे पाहतो. यासाठीच दान-धर्म हे शब्द आपण सारख्याच अर्थाने वापरतो.

दान म्हणजे पुण्य, चोरी म्हणजे पाप. अशी आपली पाप-पुण्याची धारणा आहे.समाजाच्या धारणेसाठी धर्म पुढे आला. दान हे सुद्धा धर्मच आहे. प्रत्येकाने ते केले पाहिजे. निरपेक्ष भावनेने दान करावे, सत्पात्री दान करावे असे आपल्या वाडवडिलांनी सांगितले आहे. काळ बदलला. माणूस बुद्धिनिष्ठ झाला. नवे युग अवतरले. तरी धर्म भावनेचा पगडा कमी झाला नाही. त्यामुळेच आपण कोणत्या ना कोणत्या रूपात धर्म करतोच. त्यात दान ओघानेच आले. वृक्ष-दान, गो-दान, कन्यादान याबरोबरच अन्नदान, वस्त्रदान यांचा समावेश केला जात असे.

दान म्हणजे देणे. प्रत्येक प्राणिमात्र आपल्यासारखाच आहे. त्यालाही जगण्याचा सुखाने राहण्याचा अधिकार आहे. ही भावना मान्य करून त्याचे जीवन सुखी करण्यासाठी सर्व प्रकारच्या सुविधा मिळवून देणे हासुद्धा आपण धर्मच मानला पाहिजे.

लवकरच आपण एकविसाव्या शतकात प्रवेश करणार आहोत. हे नवे युग आहे. अणुयुग आहे. विज्ञानाने आपल्याला सुखाची अनेक साधने दिली आहेत. नवनव्या शोधांनी अनेक दुर्धर रोगांचे उपाय आपल्याला समजले आहेत. देवी, मलेरिया, कॉलरा, पटकी यांसारखे रोग आज आटोक्यात आले आहेत. हात, पाय, इतकेच काय आज आपण

हृदय आणि मेंदू यांच्यावरील शस्त्रक्रिया म्हणजे ऑपरेशन्स यशस्वीपणे करू शकतो. माणसाला बेशुद्ध करण्यासाठी एकेकाळी आपल्या शरीरातून रक्त काढले जात असे. आज उलट झाले आहे. ऑपरेशन करण्यापूर्वी आज रुग्णाला रक्त दिले जाते. हे रक्त कोणत्याही कारखान्यात तयार होत नाही. तर ते मानवी शरीरातच तयार होते. ऑपरेशन करताना वा बाळंतपणात मोठ्या प्रमाणावर रक्तस्राव होतो, परिणामी रोग्याचा प्राण धोक्यात येतो. अशावेळी रक्ताची गरज असते. आपण रक्तदान केल्याने त्याचे प्राण वाचतील. मग या रक्तदानास धर्मकार्य असे म्हणायला काय हरकत आहे?

एखाद्या माणसाच्या निधनानंतर त्याचे डोळे काढले तर एखाद्या अंध माणसास त्याचा उपयोग होऊ शकतो. वास्तविक निधनानंतर मृतदेहावर अंत्यसंस्कार केले जातात. अशावेळी त्याचे नेत्र इतरांना उपयोगी पडले तर निधनानंतरही आपल्या डोळ्यांचा असा उपयोग इतरांसाठी करून देता येईल. स्व. इंदिरा गांधींनी नि अनेकांनी नेत्रदान केले होते.

एखाद्याचे मूत्रपिंड म्हणजे किडनीच नादुरुस्त होते. डॉक्टर यशस्वीरीत्या एका माणसाची किडनी दुसऱ्यास बसवितात. त्यामुळे एक नवजीवन त्यातून उदयास येते. किडनीदान हासुद्धा नवा धर्मच मानावा लागतो.

मृत्यूनंतर मानवी देहाचा उपयोग कशासाठी होतो? प्राण्यांच्या अवयवांचा-त्वचेचा, केसांचा, दातांचा, नखांचा, आतडीचा जसा उपयोग होतो, तसे माणसाच्या बाबतीत नाही. पण मेडिकल कॉलेजातील मुले मृत शरीराच्या साह्याने अभ्यास करतात, हा त्या नाशवंत देहाचा सदुपयोग नाही काय? आज त्वचादानाची कल्पना पुढे आली आहे. भाजलेल्या माणसाची त्वचा होरपळून जाते; अशावेळी त्याला त्वचेची गरज असते. असे काही देणे हासुद्धा नवा धर्मच आहे.

आपण सुखाचे दान करू या. आपल्याला मिळणारे सुख आपण वाटू या. हा परोपकारच आहे. परोपकार हे पुण्यच असते.

माणसाच्या विकासातून कुटुंबाचा विकास-त्यातून हळूहळू समाजाचा आणि राष्ट्राचा विकास क्रमाने होत जातो. अशा सर्वांगीण विकासासाठीच शिक्षण आहे. ते काम ज्ञानदानाने पूर्ण होते. 'जें जें आपणांशीं ठावें। तें तें दुसऱ्यांस शिकवावे॥' असे समर्थ रामदासांनी म्हटले आहे. दिव्याने दिवा लागतो. 'तमसो मा ज्योतिर्गमय।' असे आपण म्हणतो. 'सरोनि अंधार उजेड येवो' असे मनापासून वाटते ना? 'दुरितांचे तिमिर जावो' असे वाटते तर ज्ञानदान करा. दानधर्माच्या या नव्या कल्पना आपण स्वीकारल्या तर सर्वत्र सुखाचे साम्राज्य निर्माण होण्यास वेळ लागणार नाही.

भोगितो आनंद। वाटितो आनंद।
आनंदी आनंद सकळी ठायी॥

❑

निबंधलेखन मुद्दे

मुद्देसूदपणा, भाषाशैली, परिच्छेदमांडणी, स्वातंत्र्य-विचार, विषयविवेचन, प्रतिपादन, कल्पकता.

(१) पर्यावरण – एक समस्या

प्रदूषणाचा धोका जगाला जाणवणारा – 'वसुंधरा परिषद' – अनेक राष्ट्रांना ही जबाबदारी तत्त्वत: मान्य – विज्ञान, तंत्रज्ञान, आधुनिकीकरण, युद्धसामग्री इ. परिणाम, – पर्यावरण धोक्यात – बेसुमार जंगलतोड – ओझोनचा थर कमी – पुढच्या पिढ्यांसाठी प्रयत्न – पृथ्वी वाचविण्याची जबाबदारी – प्रत्येकाचा खारीचा वाटा – जागरूकता निर्माण करणारे प्रकल्प – वाहनांची चाचणी – गरजा कमी – नैसर्गिक संपत्तीचा वापर जपून – सौरऊर्जेला दैनंदिन जीवनात महत्त्वाचे स्थान – परिसरस्वच्छता इत्यादी.

(२) गर्दीचा भस्मासुर

सर्वत्र गर्दी – सर्वप्रकारची – यंत्रापासून मानवापर्यंत – कोणतेही क्षेत्र गर्दीमुक्त नाही – नोकरी व्यवसाय – सर्व क्षेत्रांत हाच अनुभव – वाढती लोकसंख्या वाढत्या गरजा – साधनांचा तुटवडा – असमतोल – बेकारी – अनारोग्य – प्रदूषण – गुन्हेगारी इत्यादी.

(३) मला लॉटरी लागली तर

पैशाची गरज – जीवनाचा अविभाज्य घटक – चैनीच्या वस्तूंची आवश्यकता सामाजिक कार्यासाठी पैशाची गरज – स्वार्थ परमार्थ – चांगल्या मार्गासाठी पैशाचा विनियोग – परिस्थितीनुसार राहणीमान – जबाबदाऱ्या – स्वत:चे अस्तित्व टिकविण्यासाठी.

(४) मायबोली मराठी

मायबोली म्हणजे काय ? तिचे महत्त्व व उपयुक्तता – मराठी असे आमुची मायबोली – हे फक्त म्हणण्यासाठीच – राज्या – राज्यात मायबोलीचे – महाराष्ट्रात मराठीचे स्थान – मराठीच्या उत्कर्षाची गरज.

(५) भूकंपग्रस्ताचे मनोगत

मदत छावणीत असताना अस्वस्थ मनाची स्थिती – प्रत्यक्षातील भूकंप अनुभवाचे कथन – डोळ्यांदेखत झालेला उत्पात – घडलेल्या घटनांचे कथन – आप्तेष्टांचे मृत्यू –

मृत्यूचे भयानक तांडव - चित्तथरारक प्रसंग - मदतीचा हात.

(६) नोकरी की व्यवसाय !

पारंपरिक कल्पना - उत्तम शेती - आजची कल्पना - उत्तम नोकरी - नोकरीकडेच कल - कमी काम जादा दाम ही वृत्ती - व्यवसायासाठी धाडस, भांडवल, जिद्द, चिकाटी - बेकारीची समस्या दूर करण्यासाठी व्यवसाय हाच पर्याय - तंत्रशिक्षण.

(७) प्रश्न प्रदूषणाचा

प्रदूषण म्हणजे काय ? प्रदूषण कालचे आणि आजचे - प्रदूषणाचे स्वरूप - हवा, पाणी, आवाज इ. - आजचे वाढते प्रदूषण - त्याची भयानकता - उपाय.

(८) माझे जीवनातील ध्येय

ध्येय म्हणजे काय ? - ध्येयातील विविधता व श्रेष्ठता - ध्येयनिश्चिती - त्या संदर्भात वाटचाल - संभाव्य अडचणी आणि त्यांवर मात - ध्येयपूर्तीचा आनंद.

(९) जय जवान, जय विज्ञान !

पंतप्रधान अटल बिहारी वाजपेयी यांची घोषणा - पूर्वीचे पंतप्रधान लाल बहादूर शास्त्री यांची घोषणा ''जय जवान, जय किसान,'' - दीर्घता टाळण्यासाठी ''जय जवान जय विज्ञान '' - देशासाठी लागणारे जवान - कष्ट करणारे किसान - विज्ञानाची प्रगती - देशाचा विकास - यांत समन्वय - निसर्गाच्या प्रतिकूल परिस्थितीत सीमारक्षण करणारे सैनिक - त्याग, बलिदान, देशप्रेम जवान किसान यांना मदत - विज्ञानाची प्रगती - अहोरात्र शास्त्रज्ञांचा शोध - अवकाश संशोधनात भारताची प्रगती - विविध शोध, विज्ञाननिष्ठा.

(१०) गाव तेथे ग्रंथालय

साक्षरतेत वाढ - ग्रामीण जीवन साक्षर - वाचनाची ओढ - वाचनाची भूक - वर्तमानपत्र व ग्रंथ यांसाठी ग्रंथालयाची गरज - सामूहिक गरज - वाचन - लोकरंजन - विचार बुद्धी विकास - ग्रंथालयातून गावविकास - गावगौरव - विकासमंदिर - ज्ञान, विज्ञान, प्रगती - ग्रंथमित्रता वाढेल - गावजीवन, शेतीजीवन, पशुजीवन - विकास गाव तेथे ग्रंथालय - उत्तम घोषणा - एकूणच सर्वक्षेत्रीय ग्रामीण विकास.

(११) पाणी : एक संपत्ती

संपत्ती - धनसंपत्ती - जलसंपत्ती - संपत्तिसंचय - मानवाची मूळ भावना - संचित - संपत्तीचे रक्षण - मानवाचा धर्म - धनाचे धान्याचे रक्षण - अवाजवी खर्च-व्यय माणूस

टाळतो. - तद्वत जलसंपत्तीचा गैरवापर कमी हवा - निसर्गाची अवकृपा - पाणीवापरात वाढ - जलसंचय अपुरा - पाणीवापरनियोजन - विद्युत्‌निर्मिती - शेतीला पाणी - म्हणून धनसंचय - याप्रमाणे पाणी ही संपत्ती समजून रक्षण आवश्यक.

(१२) संगणक आपला मित्र.

संगणकाचा शोध अलीकडचा - त्यामुळे कामे खूपच जलद - कामे अचूक - वेळेची बचत, त्यामुळे जादा कामे शक्य - दूर देशांशी संबंध - अनेक प्रकारच्या माहितीचा साठा हवा तेव्हा उपलब्ध - बेकारी निर्माण होण्याची भीती - निराधार - कामात बदल - अनेकांना उद्योग - संगणकक्षेत्रातही रोजगार मिळण्याची संधी.

(१३) वृद्ध : अनुभवांचा खजिना

अलीकडे वृद्धाश्रमनिर्मितीचे वाढते प्रयत्न - वृद्धांना कुटुंबापासून दूर ठेवण्याची केली जाणारी चूक - दीर्घकाल जीवन जगत असल्यामुळे आलेली अनुभवसंपन्नता - त्या अनुभवात शहाणपणा - इतरांना मार्गदर्शन - आजीचा बटवा.

(१४) जिच्या हाती पाळण्याची दोरी ....

जगात स्त्रियांचे पूर्वीचे स्थान - स्त्रीचे आजचे स्थान - माता म्हणून स्त्रीची भूमिका - लहान मुलांना घडवण्यातील तिचा मोठा सहभाग - मातेच्या शिकवण्यामुळे जगात महान ठरलेल्या व्यक्ती - छत्रपती शिवाजी महाराज वगैरे - स्त्रीमुळेच जगाचा उद्धार

(१५) जेव्हा निसर्ग रागवतो.

निसर्ग एक महान गुरू - सामर्थ्य मोठे - सर्वच घटक निसर्गावर अवलंबून - निसर्ग रागावणे म्हणजे काय ? - निसर्ग रागवण्याचे स्वरूप - अतिवृष्टी, अनावृष्टी, महापूर, भूकंप, वादळ, उल्कापात - नैसर्गिक अपघात - निसर्ग रागवल्यामुळे समाजावर, पशुपक्ष्यांवर व वातावरणावर होणारे परिणाम - निसर्ग रागावू नये म्हणून मानवाने घ्यावयाची काळजी - वृक्षतोड न करणे - वृक्ष लागवड करणे - प्रदूषण टाळणे.

(१६) वाचन : एक गरज

वाचनातून ज्ञानार्जन - ज्ञानार्जनाचे महत्त्व - पुस्तके ग्रंथातील एक घटक - ग्रंथ हेच गुरू - विविध विषयांची माहिती वाचनातून मिळते - ग्रंथांच्या सहवासातून खऱ्या मित्राची प्राप्ती - शास्त्रग्रंथ अवलोकन - मनुष्यास चातुर्य येते - फुरसतीचा सदुपयोग व ज्ञानप्राप्ती - वाचाल तर वाचाल - मनोविकास व समृद्ध जीवनासाठी वाचन - अलीकडे वाचनाकडे दुर्लक्ष.

(१७) नको ते वृद्धत्व !

वृद्धापकाळामध्ये होणारी हेळसांड - वृद्धांकडे दुर्लक्ष - घरातील कामकाजात सहभाग नसणे - इंद्रियांकडून तुटत जाणारी साथ - त्यामुळे होणारे परावलंबित्व - स्वभावात बदल - वृद्ध आई-वडील व तरुण मुले - संस्कार, आवडीनिवडी वेगळ्या - नव्या पिढीशी होणारा संघर्ष - आचार - विचारांतील रुंदावणारी दरी - प्रेमाचा अभाव जाणवणे - अशा वेळी बालपणातील रम्य काळाची आठवण - प्रिय व्यक्तींची आठवण - वृद्धापकाळामुळे येणारे नैराश्य - त्यातून वृद्धाश्रमाकडे धाव

(१८) विज्ञान : मारक की तारक ?

विज्ञान मानवाला मिळालेले वरदान - विज्ञानातील आधुनिक दृष्टिकोन - विज्ञानातून अंधश्रद्धेचे निर्मूलन - विज्ञानाचा सुद्धा, समृद्धी व प्रगती याकरिता उपयोग - विज्ञानामुळे गतिमान जीवन - दूरदर्शन, आकाशवाणी, दूरध्वनी, संगणक, विमान, रेल्वे, वैद्यकीय उपचार इत्यादींमुळे जीवनात आमूलाग्र बदल - विज्ञान दुधारी शस्त्र - अणुबॉम्ब, क्षेपणास्त्रे, विषारी वायू व रासायनिक शस्त्रे यांमुळे मानवी जीवन धोक्यात - स्वयंचलित वाहनांमुळे अपघात - वित्त व जीवितहानी - कारखान्यांमुळे जमीन, हवा, पाणी प्रदूषण - मानवी प्रवृत्ती बदलल्यास विज्ञानाचा समृद्ध व परिपूर्ण जीवनासाठी उपयोग.

(१९) बेकारी नव्हे स्वयंरोजगार

○ महाराष्ट्रात जिल्ह्यांच्या ठिकाणी सेवायोजन कार्यालयात बेरोजगारांनी नोंदणी करावी. सरकारतर्फे नोकरीसाठी बोलावणे येते.

○ रोजगार हमी योजना खेडोपाड्यात राबवली जाते.

○ स्वयंरोजगाराला पर्याय नाही. युवकांनी परिसरातल्या समस्या शोधाव्या. त्या दृष्टीने स्वत:चा व्यवसाय सुरू करावा.

○ तूच आहेत तुझ्या जीवनाचा शिल्पकार
हम है नये अंदाज क्यू हो पुराना

(२०) अंधश्रद्धा .....

○ अंधश्रद्धा निर्मूलन समिती महाराष्ट्रात कार्यरत. बुवाबाजीमागील विज्ञान ते दाखवून देतात.

❏

प्रश्नपत्रिका मार्च २०११

प्र. १. खालीलपैकी कोणत्याही एका विषयावर सुमारे २५० ते ३०० शब्दांत निबंध लिहा. **(१०)**

१) संगणक आपला मित्र

२) स्त्री-पुरुष समानता - काळाची गरज

३) निसर्ग - एक कलावंत

४) मृत्यू नसता तर ....

५) दुष्काळग्रस्ताचे मनोगत

प्र. ८. क) खालीलपैकी कोणत्याही एका अलंकाराचे लक्षण सांगून (१०) उदाहरण लिहा. **(२)**

१) व्यतिरेक २) श्लेष

ख) कंसांतील सूचनेनुसार कोणत्याही दोन वाक्यांचे रूपांतर करा. **(२)**

१) सर्जनाच्या लीलेला मिळणारे पहिले आव्हान फुलांचे असते.
(मिश्र वाक्य करा.)

२) मनात येते तर त्यांना वाटेल ते होता आले असते.
(केवल वाक्य करा.)

३) ते ओल्या वाळूचा खोपा करतात आणि घर-घर खेळतात.
(वाक्यप्रकार ओळखा.)

ग) खालीलपैकी कोणत्याही चार पारिभाषिक शब्दांचे अर्थ लिहा. **(२)**

1) Accountant	2) Basic Pay
3) Charge	4) Elected
5) Gate-Pass	6) Training

घ) खालीलपैकी कोणतेही एक वाक्य लेखननियमांनुसार शुद्ध करून लिहा. **(२)**

१) सुगंधाचा हा बलिष्ठपणा थंडीच्या दिवसांत फार फार जाणवतो.

२) जग ही बंदिशाळा नसून अनुभवांचि ती कार्यशाळा आहे.

किंवा

खालीलपैकी कोणत्याही एका वाक्यात योग्य विरामचिन्हांचा वापर करून वाक्य पुन्हा लिहा.

१) मग ह्या यानाचा नाश कसा करायचा.

२) ''नतद्रष्ट! कृतघ्न ब्लॅकमेल करता तुम्ही मला''

च) खालीलपैकी कोणत्याही दोन वाक्प्रचारांचा अर्थ सांगून स्वत:च्या वाक्यांत उपयोग करा. **(२)**

१) आकाश कोसळणे.

२) प्रतिसाद देणे.

३) पदरात पाडून घेणे.

४) तंबी देणे.

प्र. ९. क) खालीलपैकी कोणतेही एक पत्र लिहा. **(४) (१०)**

१) 'साथीच्या रोगांत घ्यावयाची दक्षता' या विषयावर व्याख्यान देण्यासाठी महापालिकेच्या आरोग्य विभागाच्या अधिकाऱ्यांस विद्यार्थी प्रतिनिधी या नात्याने आमंत्रित करणारे पत्र लिहा.

२) महाविद्यालयाच्या ग्रंथालयासाठी सेठ प्रकाशन, नागपूर यांना पुस्तकांची मागणी करणारे पत्र ग्रंथपाल या नात्याने लिहा.

ख) खालील उतारा वाचून त्याखाली दिलेल्या प्रश्नांची उत्तरे लिहा. **(३)**

नागपंचमी गेली की बैलपोळा यायचा. पोळ्याच्या दिवशी बैल रंगवले जायचे. गळ्यात घालायच्या घुंगरांच्या माळा, शिंगाला लावायचे भरजरी गोंडे, रंगीबेरंगी झुली हा सगळा साज त्यांच्या अंगावरती चढवला जायचा. हिरव्या चाऱ्याने धष्टपुष्ट झालेली ती जनावरे त्या दिवशी सजवलेल्या नवरदेवासारखी दिसायची. बैलांची पूजा घरातील मालकीण करायची. नवं लुगडं, नाकात नथ, अंगावर एखादा दागिना अशी तीही सजायची. हळद-कुंकू लावून बैलांचे पाय धुवायचे, त्यांना पुरणाच्या पोळ्यांचा नैवेद्य खाऊ घालायचा आणि मगच घरचा मालक, लहान-मोठी मुलं, शेतावर काम करणारे गडीगुडी एका पंक्तीत बसून जेवायचे. ज्यांच्या श्रमावर आपली शेती चालते, आपला पोटप्रपंच चालतो त्या बैलांचा हा मानसन्मान. शेतिप्रधान संस्कृतीचं असं हे रूप मन मोहून टाकणारं आहे.

श्री. यशवंतराव गडाख

प्रश्न :

१) पोळ्याच्या सणाला बैलांना कसे सजविले जात असे ? १

२) बैलांची पूजा कशा प्रकारे केली जात असे ? १

३) पोळ्याच्या सणाला बैलांचा मानसन्मान का केला जात असे ? १

किंवा

वरील गद्य उताऱ्याचा सुमारे एक तृतीयांश १/३ एवढा सारांश **(३)**
तुमच्या शब्दांत लिहा.

ग) **खालीलपैकी कोणत्याही एका विषयावर निमंत्रणपत्रिका लिहा. (३)**

१) तुमच्या महाविद्यालयातील 'मराठी वाङ्मय मंडळा' चे उद्घाटन.

२) तुमच्या महाविद्यालयाचा वार्षिक बक्षीस समारंभ.

किंवा

खालीलपैकी कोणत्याही एका विषयावर कार्यक्रमपत्रिका तयार करा.

१) शाळेच्या नवीन इमारतीचा उद्घाटन समारंभ.

२) तुमच्या महाविद्यालयात होणारा वृक्षारोपण सनारंभ.

किंवा

खालील विषयावर वर्तमानपत्रासाठी वृत्तांत लिहा.

तुमच्या महाविद्यालयात झालेले 'व्यायामाचे महत्त्व' या विषयावरील
व्याख्यान.

□